தியா

2016ல் கேரள பாயல்புக்ஸ்
சிறார் இலக்கிய விருது பெற்ற நூல்

Diya (in Tamil)
Malayalam Childrens Novel
P.V. Sukumaran
Translator Yuma vasuki
Illustration : K.E.Smitha
Design : Sunoj Babu
First Published: Decmber, 2018
Published by
Books For Children
7, Elango Salai, Teynampet, Chennai - 600 018
Email: thamizhbooks@gmail.com / www.thamizhbooks.com

தியா
பி.வி. சுகுமாரன்
மலையாளத்திலிருந்து தமிழில் :
யூமா வாசுகி
ஓவியங்கள் : கே.இ.ஸ்மிதா
வடிவமைப்பு : சுனோஜ் பாபு
முதல் பதிப்பு: டிசம்பர், 2018
வெளியீடு:

7, இளங்கோ சாலை, தேனாம்பேட்டை, சென்னை - 600 018
தொலைபேசி : 044-24332424, 24332924, 24356935
விற்பனை நிலையங்கள்
திருவல்லிக்கேணி: 48, தேரடி தெரு | **பெரம்பூர்:** 52, கூக்ஸ் ரோடு
வடபழனி: பேருந்து நிலையம் எதிரில் அடையார் ஆனந்தபவன் மாடியில்
ஈரோடு: 39, ஸ்டேட் பாங்க் சாலை | **திண்டுக்கல்:** பேருந்து நிலையம்
நாகை: 1, ஆரியபத்திரபிள்ளை தெரு | **திருப்பூர்:** 447, அவினாசி சாலை
திருவாரூர்: 35, நேதாஜி சாலை | **சேலம்:** பாலம் 35, அத்வைத ஆஸ்ரமம் சாலை,
சேலம்: 15, வித்யாலயா சாலை | **கரூர்:** நாரத கானசபா அருகில் (Near TNGEA - Office)
அருப்புக்கோட்டை: 97/33, விருதுநகர் மெயின்ரோடு.
நெய்வேலி: சி.ஐ.டி.பூ அலுவலகம், பேருந்து நிலையம் அருகில்,
மதுரை: 37A, பெரியார் பேருந்து நிலையம் | **மதுரை:** சர்வோதயா மெயின்ரோடு,
குன்னூர்: N.K.N வணிகவளாகம் பெட்போர்ட் | **செங்கற்பட்டு:** 1 டி., ஜி.எஸ்.டி சாலை
விழுப்புரம்: 26/1, பவானி தெரு | **திருநெல்வேலி:** 25A, ராஜேந்திரநகர்,
பாளையங்கோட்டை | **விருதுநகர்:** 131, கச்சேரி சாலை
கும்பகோணம்: ரயில் நிலையம் அருகில் | **வேலூர்:** S.P. Plaza 264, பேஸ் II ,
சத்துவாச்சாரி. | **தஞ்சாவூர்:** காந்திஜி வணிக வளாகம் காந்திஜி சாலை
விருதாசலம்: 511H, ஆலடி ரோடு | **திருச்சி:** வெண்மணி இல்லம், கரூர் புறவழிச்சாலை
பழனி: பேருந்து நிலையம் | **தேனி:** 12H, மீனாட்சி அம்மாள் சந்து, இடமால் தெரு
கோவை: 77, மசக்காளிபாளையம் ரோடு, பீளமேடு | **தி.மலை:** முத்தம்மாள் நகர்,
நாகர்கோவில்: 699, கே.பி.ரோடு, ஆர்.வி.புரம்,
சிதம்பரம்: 22A/ 18B தேரடி கடைத் தெரு, கீழவீதி அருகில்
கடலூர்: 55, பாஷியம் ரெட்டி தெரு, மஞ்சக்குப்பம்
நினைத்த நூல்கள்... நினைத்த நேரத்தில்...

  9444960935

ரூ.100/-
அச்சு: கணபதி எண்டர்பிரைசஸ், சென்னை - 600 002.

தீயா

மலையாள சிறார் நாவல்

பி.வி. சுகுமாரன்

தமிழில் : **யூமா வாசுகி**

பி. வி. சுகுமாரன்

மத்திய அரசு நிறுவனமான 'இன்ஸ்டுமென்டேஷன் லிமிடெட்'டின் (பாலக்காடு) நிர்வாகப் பிரிவில் இளநிலை அதிகாரியாகப் பணிபுரிகிறார். இவரது சிறுகதைத் தொகுப்புகளும் நாவல்களும் சிறார் நாவல்களும் வெளிவந்திருக்கின்றன. 'ஃபாதர் சின்னப்பா நினைவு நாவல் விருது', 'ராஜீவ்காந்தி கலாசார சபை விருது', 'பாயல் புக்ஸ் சிறார் இலக்கிய விருது' ஆகிய சிறப்புகள் பெற்றிருக்கிறார். மனைவி, உஷா. பிள்ளைகள், சுபாஷ், காயத்ரி.

P.V. Sukumaran (pvsukumaran1960@gmail.com)
USHUS
Kairaligramam - 4
Yakkara Po Palakad
Kerala - 678701

தியாவைப் பற்றி...

எல்.கே.ஜி., யு.கே.ஜி. படிக்கும்போது, பள்ளி செல்வதிலும் படிப்பதிலும் மிகவும் உற்சாகம் கொண்ட குழந்தை, முதல் வகுப்புக்குச் சென்றபோது இவை இரண்டையும் வெறுக்கிறாள்.

ஏன்? இந்த தேடல்தான் 'தியா' எழுதுவதற்கான தூண்டுதல்.

அந்த ஆறு வயதுச் சிறுமி நடந்த வழிகள், அவள் கண்ட காட்சிகள், அவளது அனுபவங்கள், சிறுசிறு துயரங்கள், இணக்கங்கள், பிணக்கங்கள், குறும்புகள், மகிழ்ச்சிகள், ஆசைகள் எல்லாம் எல்லாம் நானறிவேன்.

இந்த நாவலின் ஒவ்வொரு அத்தியாயத்தை எழுதி முடிக்கும்போதும் நான் முதலில் அவளிடம்தான் வாசித்துக்காட்டினேன்.

அந்த நேரங்களிலெல்லாம் அவள் ஆவலுடன் செவிகூர்ந்து அமர்ந்திருந்தது, இந்த நாவலைப் பூர்த்தியாக்க எனக்கு பெரும் தூண்டுதலாக அமைந்தது. அவள் சொன்ன சிறுசிறு அனுபவங்களில் கற்பனையின் நிறம் சேர்த்திருக்கிறேன் என்றாலும், சில சம்பவங்களை எந்த மாற்றமும் இல்லாமல் அப்படியேதான் எழுதியிருக்கிறேன். இந்த 'தியா' வை என் நேசத்துக்குரிய வாசகர்களுக்கு மகிழ்வுடன் சமர்ப்பிக்கிறேன்.

அன்புடன்,
பி.வி. சுகுமாரன்

சின்னஞ்சிறு வாழ்க்கையைப் பற்றிய பெரிய ஓவியம்

ஹரிநாராயணன் எஸ்

சிறார் இலக்கியம் ஒரு காலத்தில் தீவிரமான இலக்கிய விவாதங்களில்கூட இடம்பெறும் அளவுக்கு சாரமுள்ளதாகவும், வாழ்வின் மணமாகவும் இருந்தது. பிறகு அந்த இலக்கியத் துறை மிகவும் நலிவடைந்துவிட்டது; சிறார் சிந்தனை உலகின் ஆழத்தை ஒளியுறுத்திக்காட்டும் படைப்புகளும் வெளிவருவதில்லை. பி.வி. சுகுமாரனின் 'தியா' எனும் சிறிய நாவல், சிறார் இலக்கியம் எனும் தீவில் கண்டடைய முடிகிற சில அபூர்வ பிரகாசங்களில் ஒன்றாகும். 2016ல் கேரள 'பாயல் புக்ஸ் சிறார் இலக்கிய விருது' பெற்ற இந்த நூல், தியா எனும் சிறுமியின் மனப்போக்கினூடே, சில முக்கியமான விஷயங்களைத் தொடுகிறது. எளிமையான விவரிப்பில் கதை சொல்லும்போதும், தன் சமூகப் பொறுப்பை நன்கு உணர்ந்திருக்கிற எழுத்தாளரைத்தான் வாசகர்கள் இங்கே பார்க்க முடியும்.

ஆறு வயதுடைய தியாவின் வாழ்க்கையை நோக்கி முதல் பக்கத்திலிருந்தே வாசகர்களை ஈர்ப்பதற்கு பி.வி. சுகுமாரனால் முடிகிறது. எல்.கே.ஜி.யிலும் யு.கே.ஜி.யிலும் மகிழ்ச்சியுடன் பள்ளி சென்ற அந்த கெட்டிக்கார சின்னஞ்சிறுமி, முதல் வகுப்புக்கு வந்தவுடன் படிப்பையும் தன் பள்ளிக்கூடத்தையும் வெறுக்கிறாள். தனியார் பள்ளிகளின் எண்ணிக்கை கட்டுக்கடங்காமல் பெருகிய பிறகு, குழந்தைகளை அரசுப் பள்ளியில் சேர்ப்பது மிகமிகவும் குறைந்துவிட்டதும், குழந்தைகள் தாய்மொழியில் பேசுவதைக்கூட சில தனியார் பள்ளிகள் குற்றமாகக் கருதுவதுமெல்லாம் இந்த நூலில் விவாதிக்கப்படுகின்றன.

அரசுப் பள்ளிகள் உயர்தரமான கல்வியளிக்கும்போதும், இன்றும் நடுத்தரக் குடும்பத்தினரின் கனவுகளில், தங்கள் பிள்ளைகள் உயர்ந்த கட்டணம் கொடுத்து தனியார் பள்ளிகளில் படிக்கும் காட்சிகள்தான் நிறைந்திருக்கின்றன. இந்த முரண்நகையை நாவலாசிரியர் துல்லியமாகச் சித்திரித்திருக்கிறார்.

கட்டுப்பாடுகளின் அடைபட்ட அறைகளுக்குள் மூச்சுத்திணறும் பிஞ்சு மனசுகளுக்கு, கல்வி பெரும்பாலும் அந்நியமாகிறது. தியாவும் தான் அகப்பட்டுக்கொண்ட சூழ்நிலையின் அழுத்தத்தால் கடும் மனப்பிரச்சினைகளுக்கு ஆளாகிறாள். கனவுச் சிறகுகளுடன் விசாலமான ஆகாயத்தை நோக்கிப் பறக்க வேண்டிய பருவத்தில், கட்டுப்பாடுகளையும் முடிவுகளையும் சுமந்துகொண்டு தங்கள் உலகத்துக்குள் மேலும் மேலும் சுருங்கும் குழந்தைகளின் நிலையைப் பற்றி, நாம் மிகவும் ஆழ்ந்த முறையில் சிந்திக்க வேண்டியிருக்கிறது.

சமூகம், படைப்புரீதியாகத் தலையிட வேண்டிய ஒரு விஷயத்தை அழகாக வெளிப்படுத்தியிருக்கிறது, 'தியா.' அதனால் இது, சிறார் இலக்கியம் எனும் இலக்கியப் பிரிவில் ஒளிரும் ஒரு ஏடாக மாறுகிறது.

('சாந்தம்' (ஜூன், 2018) மலையாள இதழில் வந்த விமர்சனம்)

1

இரவு வெகுநேரம் ஆன பிறகும் தியாவுக்குத் தூக்கம் வரவில்லை. வழக்கத்தைவிட முன்நேரத்தில்தான் அவள் படுத்தாள். ஆனால், அதனால் பயன் ஏதும் இல்லை. தூக்கம் தூரத்தில் நின்று அவளுக்கு விளையாட்டுக் காட்டியது. எவ்வளவு அழைத்தாலும் அவளிடம் நெருங்கவில்லை. கோபித்துக்கொண்டு நிற்கும் தோழியைப்போல, தூக்கம் முகம் திருப்பி நிற்கும்போது எப்படி அவளால் தூங்க முடியும்?

மிகவும் சிரமம்தான். அவள் அதையும் இதையும் யோசித்துக்கொண்டு கட்டிலில் புரண்டுகொண்டிருந்தாள்.

ஏன் அவளுக்குத் தூக்கம் வரவில்லை. சும்மா அல்ல, அதற்கு ஒரு காரணம் இருந்தது.

இரண்டு மாத கோடை விடுமுறை முடிந்து நாளை பள்ளி திறக்கவிருக்கிறது. தூக்கம் வராமல் படுத்திருக்கும்போது அவள் மனம் முழுதும் பள்ளியைப் பற்றிய எண்ணங்கள் மட்டும்தான் இருந்தன.

சில நேரத்தில் அவளுக்கு அப்படித்தான். எதைப் பற்றியாவது யோசித்துக்கொண்டிருந்தால் பிறகு அவளுக்குத் தூக்கம் வராது. மனது அதிலேயே சிக்கிக்கொண்டிருக்கும். நினைவுகள் அதிகரிக்கும்போது தன்னையறியாமல் தூக்கம் போய்விடும். அவள் மனதில் ஒரே சமயத்தில் நிறைய கேள்விகளும் சந்தேகங்களும் பறந்து விளையாடிக்கொண்டிருந்தன.

இனி வகுப்பு ஆசிரியையாக வரப்போவது யாராக இருக்கும்?

எல்.கே.ஜி.யிலும் யு.கே.ஜி.யிலும் இருந்ததைப்போல, திட்டாத டீச்சர் ஒன்றாம் வகுப்பிலும் இருக்க வேண்டும் என்பதுதான் அவளது பிரார்த்தனை.

நாளை என்ன சொல்லிக் கொடுப்பார்கள்? எல்லா பாடப் புத்தகங்களையும் எடுத்துச் செல்ல வேண்டுமா?

புத்தகங்களை எடுத்துச் செல்லவில்லை என்றால் டீச்சர் திட்டுவார்களோ? வகுப்பில் கேள்வி கேட்டால் நம்மால் பதில்

சொல்ல முடியுமா? தவறாகப் பதில் சொல்லிவிட்டால் டீச்சர் கேலி செய்வார்களோ? அப்போது பிள்ளைகளுக்கு முன்னால் அவமானமாக இருக்குமே? இப்படியெல்லாம் யோசித்துக் குழம்பிக்கொண்டிருந்தாள் அவள்.

அடுத்த நிமிடமே அவள் எண்ணம் வேறொன்றை நோக்கித் திரும்பியது.

வகுப்பில் டீச்சர் பாட்டுப் பாடச் சொல்வார்களோ? பாடச் சொன்னால் என்ன பாட்டுப் பாடுவது? தமிழ் திரைப்படப் பாடல்களும் மலையாளத் திரைப்படப் பாடல்களும் அவளுக்குப் பாடத் தெரியும். தமிழ்ப் படங்களில் உள்ள நிறையப் பாட்டுகள் அவளுக்கு மனப்பாடமாகத் தெரியும்! அவள் நன்றாகப் பாடுவாள் என்று எல்லோரும் சொல்வார்கள்.

தமிழ் பாட்டுப் பாடத்தான் அவளுக்கு மிகவும் விருப்பம். தமிழ் பாட்டுப் பாடினால் வகுப்பில் உள்ள பிள்ளைகளுக்குப் புரியுமா? ஒரு குழந்தைக்கும் தமிழ் தெரியாது. பிறகு எப்படித் தமிழ் பாட்டுப் பாடுவது?

'அது ஒரு பிரச்சினைதான்; அவர்களுக்குப் புரியவில்லை என்றாலும் பரவாயில்லை, தமிழ் பாட்டே பாடலாம்' என்று கடைசியில் அவள் முடிவு செய்தாள்.

தியாவுக்குக் கொஞ்சம் தமிழ் பேசத் தெரியும்.

கோயமுத்தூரில் உள்ள அவள் சின்னம்மாவின் மகள் காவேரி, கொஞ்சம் நாட்கள் தியாவின் வீட்டுக்கு வந்து தங்கியிருந்தாள். காவேரி பிறந்ததும் வளர்ந்ததும் எல்லாம் கோயமுத்தூரில்தான். அவளைத் தெரியாதவர்கள் பார்த்தால் தமிழ்ச் சிறுமி என்றுதான் சொல்வார்கள். அவளது நடை உடை பாவனைகள் எல்லாம் தமிழ்ச் சிறுமிபோன்றே இருக்கும். காவேரிக்கு சற்றும் மலையாளம் தெரியாது.

காவேரி, தியாவிடம் தமிழில் மட்டும்தான் பேசுவாள். தியா, காவேரியின் பேச்சிலிருந்து புதிய பல தமிழ் வார்த்தைகளை சுலபமாகக் கற்றுக்கொண்டாள். மொழியைக் கற்றுக்கொள்வதில் தியாவுக்குத் தனிப்பட்ட திறமை இருந்தது. ஒரு வார்த்தை மனதில் பதிந்துவிட்டால் பிறகு அவள் அதை ஒருபோதும் மறக்க மாட்டாள்.

தொலைக்காட்சியில் நல்ல தமிழ்ப் படம் ஓடினால், இரவு எவ்வளவு நேரம் ஆனாலும் அதை முழுவதுமாகப் பார்த்து முடித்த பிறகே அவள் படுப்பாள். திரைப்படத்தில் பேசும் வார்த்தைகளில் பாதியளவு அவளுக்குப் புரியாது. ஆயினும் அவள் அமர்ந்து படம் முழுவதையும் பார்ப்பாள். தமிழ்ப் படம் பார்த்ததால் அவளுக்கு நன்மை ஏற்பட்டது. அதனால் அவளுக்கு, மலையாளம் கலந்தேனும்

காவேரியுடன் தயக்கமில்லாமல் தமிழ் பேச முடிந்தது.

ஆனால், தியா தமிழ் பேசுவதைக் கேட்டால் அம்மா, 'இது என்ன தமிழ்' என்று அவளை மிகவும் கேலி செய்வார்கள். கேலி செய்வது அம்மாவாக இருந்தாலும் அவளுக்குப் பிடிக்காது. அவளுக்கு மிகவும் கோபம் வரும். ஆனால், அம்மாவிடம் பதில் எதுவும் பேசமாட்டாள். அம்மாவுக்குத் தமிழ் பேசத் தெரியும். தட்டுத்தடுமாறி சிறிய வார்த்தைகளைப் படிக்கவும் தெரியும். அதனால்தான் அவர்கள் தியா பேசும் தமிழைக் கேலி செய்வார்கள்.

அம்மா கேலி செய்தாலும் வாய்க்கு வந்தபடி காவேரியிடம் தமிழ் பேச தியாவுக்கு எந்தத் தயக்கமும் இல்லை.

'நான் பெரியவளாக வளர்ந்த பிறகு அம்மாவிடம் நன்றாகத் தமிழ் பேசுவேன். தமிழ் படிக்கவும் கற்றுக்கொள்வேன். இப்படி நான் அம்மாவைத் தோற்கடிப்பேன்' என்று அவள் நினைப்பதுண்டு.

ஒரே நேரத்தில் பற்பல நினைவுகள் அவள் மனதில் நெருக்கியடித்துக்கொண்டு நுழைகின்றன. மனது ஒரே நேரத்தில் ஒரு எண்ணத்திலிருந்து மற்றொன்றுக்குத் தாவி விளையாடுகிறது. பள்ளிக்குச் செல்லும்போது கொண்டு செல்வதற்காக அம்மா கொடுத்த சாக்கலேட்டை யாருக்குக் கொடுக்க வேண்டும்? பிறகு அடுத்த யோசனை அதைப்பற்றித்தான்.

அவளது பொருட்களையெல்லாம் எடுக்கிற, அடிக்கடி தொந்தரவு செய்கிற அமலா, ஒன்றாம் வகுப்பிலும் பக்கத்தில்தான் இருப்பாளா? இந்த வருடமும் அமலா வகுப்புத் தலைவி ஆகிவிடுவாளா? பள்ளி திறக்கும் நாள் நெருங்க நெருங்க, இவை குறித்தெல்லாம் அவள் எப்போதும் கவலைகொண்டாள்.

அமலா வகுப்புத் தலைவியாக வந்துவிட்டால் தியாவுக்குப் பிரச்சினை.

டீச்சர் இல்லாத நேரத்தில் தியா வகுப்பில் பேசியிருக்கவில்லை என்றாலும், தியா பேசினாள் என்று அமலா பெயர் எழுதி வைத்திருப்பாள். தியா செய்யாத குற்றங்களை செய்ததாகக் கூறி டீச்சரிடம் சொல்லிக் கொடுப்பாள். அவளைக் கஷ்டப்படுத்துவதற்காக எப்போதும் ஏதாவது கோள்மூட்டிக்கொண்டிருப்பாள் அமலா.

எல்.கே.ஜி.யிலும் யு.கே.ஜி.யிலும் அமலாவின் தொந்தரவை நிறையவே அனுபவித்திருக்கிறாள் தியா. அமலா வகுப்புத் தலைவி ஆவதை அவளால் நினைத்துப் பார்க்கவே முடியவில்லை. அவளுக்கு அமலாவைப் பிடிக்கவே இல்லை. அதனால் முடிந்தவரை அவளுடன் பேசவே மாட்டாள். அவள் பேசவில்லை என்றாலும் தியாவின் பையில் சாக்கலேட் இருப்பதைப் பார்த்தால் உறுதியாக

அமலா அதை எடுப்பாள். பேராசைக்காரி அவள். மற்றவர்களின் எந்தப் பொருளைப் பார்த்தாலும் அது தனக்கு வேண்டும் என்று நினைப்பாள். தரவில்லை என்றால் அப்போதே காய் விட்டுவிடுவாள். மற்ற குழந்தைகளிடம் தியாவைப் பற்றி பொய்யான குற்றம் குறைகளைச் சொல்லி, அவர்களையும் தியாவிடம் காய் விடச் சொல்வாள்.

எல்லோருக்கும் அமலா மீது பயம். அவள் என்ன செய்தாலும் யாரும் எதுவும் சொல்ல மாட்டார்கள். விருப்பமில்லை என்றாலும் அவளது பேச்சைக் கேட்டு, ஒரு தவறும் செய்யாத தியாவிடம் எல்லோரும் விரல் மடக்கி காய் விடுவார்கள். இதுதான் தியாவுக்கு மிகப் பெரிய துயரமாக இருக்கும்! எந்தக் காரணமும் இல்லாமல் வகுப்பில் எல்லோரும் கோபித்துக்கொண்டு பேசாமல் இருந்தால் யாருக்குத்தான் துயரமாக இருக்காது?

அமலாவின் கையில் ஏதாவது பொருட்கள் இருந்தால் அதை யாருக்கும் கொடுக்க மாடடாள். அமலாவுக்குத் தெரியாமல் சாக்கலேட்டை எங்கே ஒளித்து வைப்பது? பிறகு தியாவின் யோசனை அந்த வழியில் சென்றது.

எங்கே வைத்தாலும் அமலா கண்டுபிடித்துவிடுவாள். அதையெல்லாம் கண்டுபிடிப்பதில் அவளுக்கு மிகவும் திறமை உண்டு. கிடைத்ததையெல்லாம் யாருக்கும் கொடுக்காமல் முகத்தைப் பார்த்து தனியாகவே தின்றுவிடுவாள். பார்த்துக்கொண்டிருந்தாலும், வேண்டுமா என்றுகூடக் கேட்க மாட்டாள். அப்போதுதான் முதல் முதலாக சாக்கலேட்டைப் பார்ப்பதுபோல ஆவலுடன் தின்பாள். அவ்வளவு பேராசைக்காரி அவள். அதைப் பார்க்கும்போது தியாவுக்கு உண்மையிலேயே வருத்தமும் கோபமும் ஏற்படும். ஆனால், என்ன செய்வது? அமலாவிடம் ஏதாவது சொல்வதற்கு தியாவுக்கும் பயம்தான்! அமலா, தியாவைவிட நல்ல பருமனாகவும் வலுவாகவும் இருப்பாள். போதாக்குறைக்கு, அமலாவின் அக்காவும் இருக்கிறாள். அமலாவின் அக்கா அங்குதான் நான்காம் வகுப்பில் படிக்கிறாள். அமலாவைப்போல அவள் அக்காவும் ஒரு குண்டுச் சிறுமிதான். ஏதாவது கொடுக்காமல் இருந்தால் அமலா, வகுப்புக்கு வெளியே தன் அக்காவைக்கொண்டு தியாவை விரட்டச் செய்வாள். அதுதான் தியாவுக்கு மிகவும் பயமாக இருந்தது.

'அமலா ஒன்றாம் வகுப்புக்கு வராமல் இருந்தால் நன்றாக இருக்கும்' என்று நினைத்தாள் தியா. அடுத்த நொடியே அவள் எண்ணம் மற்றொன்றை நோக்கித் தாவியது.

தன் மிகச்சிறந்த தோழியான ஆதிராவுக்கு யாருக்கும் தெரியாமல்

இரண்டு சாக்கலேட் கொடுக்க வேண்டும். ஆதிரா ஒருபோதும் அவளைக் குற்றம் சொன்னதில்லை. அமலா சொன்னாலும் ஆதிரா காய் விட்டு பேசாமல் இருந்தது இல்லை. எப்போதும் பழம்தான். தனக்கு என்ன கிடைத்தாலும் தியாவுக்கும் கொடுப்பாள். அவள் மீது மிகவும் அன்புடன் நடந்துகொள்வாள்.

அமலா மோசமானவள். அவளுக்கு என்ன கொடுத்தாலும் அதனால் எந்தப் பயனும் ஏற்படாது. குறிப்பிட்ட பொருள் கிடைப்பதற்காக நெருங்கி வந்து அன்பு காட்டுவாள். அந்த அன்பு சற்று நேரம்தான் இருக்கும். சாக்கலேட் கிடைத்துவிட்டால் பிறகு மீண்டும் பழையபடி ஆகிவிடுவாள். திரும்பவும் அவள் மீது குற்றம் சொல்லவும் கோள்மூட்டவும் ஆரம்பித்துவிடுவாள். அமலாவின் இந்த கெட்ட குணத்தை யாருமே விரும்பவில்லை.

'என்ன வந்தாலும் இனி ஒருபோதும் அவளிடம் எதையும் காட்டக் கூடாது. அவளால் கண்டுபிடிக்கவே முடியாத ஒரு இடத்தில் ஒளித்து வைக்க வேண்டும்' என்று அந்த நேரத்திலும் மிகவும் கோபத்துடன் தியா முடிவு செய்தாள்.

அமலாவின் மீது கோபம் இருந்தாலும் மற்ற தோழிகளையெல்லாம் பார்ப்பதற்கு அவள் ஆவல் கொண்டாள். அவர்களையெல்லாம் பார்த்து எவ்வளவு நாளாகிறது!

ஒரு நாள் அவள் தன் அம்மாவுடன் கோயிலுக்குச் சென்றபோது தீபாவையும் அர்ச்சனாவையும் பார்த்தாள். அவர்களுடன் பேசுவதற்கு முடியவில்லை. கோயிலில் கூட்டம் அதிகமாக இருந்தது. தூரத்திலிருந்து அவர்களைப் பார்த்து சிரிக்க மட்டுமே செய்தாள். அதன் பிறகு இதுவரை யாரையும் பார்க்கவில்லை.

நாளை பள்ளிக்குச் செல்லும்போது எல்லோரையும் பார்க்க முடியுமே என்று நினைத்தபோது அவள் மனதில் மகிழ்ச்சி நிறைந்தது.

அடுத்த நொடியே அவள் மனது தன்னையறியாது காயத்ரி மிஸ்ஸிடம் சென்றது.

2

காயத்ரி மிஸ்ஸே முதல் வகுப்பு ஆசிரியையாக வந்தால் எவ்வளவு அருமையாக இருக்கும்?

காயத்ரி மிஸ்ஸைப் பற்றி நினைத்தபோது தியாவின் மனதில் நிறைய நல்ல நினைவுகள் கடந்து சென்றன.

"கடவுளே, காயத்ரி மிஸ்ஸே வகுப்பு ஆசிரியையாக வரவேண்டும்!" அந்த நேரத்தில் அவள் கடவுளிடம் வேண்டிக்கொண்டாள்.

காயத்ரி மிஸ்ஸை அவளுக்கு அவ்வளவு பிடிக்கும்.

மிஸ்ஸை விரும்புவதற்கு தியாவுக்கு நிறையக் காரணங்கள் இருக்கின்றன.

மிஸ் எவ்வளவு நேரம் சொல்லிக்கொடுத்தாலும் அவளுக்கு சலிக்காது. வகுப்பில் சொல்வது முழுவதையும் அவள் கவனமாகக் கேட்டுக்கொண்டிருப்பாள்.

ஆங்கிலத்தில் உள்ள பாடங்களின் ஒவ்வொரு வரியையும் மிஸ் முதலில் மலையாளத்தில் சொல்வார்கள். பிறகு ஆங்கிலத்திலும் சொல்வார்கள். மிஸ் ஆங்கிலத்தில் சொன்னாலும் மலையாளத்தில் சொன்னாலும் அவர்களின் குரல் கேட்பதற்கு நன்றாக இருக்கும்! இனிமையான அந்தக் குரல் யாரையும் கவர்ந்திழுக்கும். மிஸ்ஸின் வகுப்பில் இருக்கும்போது தியாவுக்கும் மிஸ்ஸைப்போல ஆங்கிலத்தில் பேசவேண்டும் என்று தோன்றும். ஆனால், பேசும்போது அவளுக்கு ஆங்கில வார்த்தைகள் கிடைக்காது. ஆயினும், பேசுவதற்கான ஆர்வத்தை அவள் விட்டுவிடவில்லை. யாரிடம் பேசுவது? எல்லோரும் கேலி செய்ய மாட்டார்களா? அவள் அதற்கு ஒரு வழி கண்டுபிடித்தாள். தம்பி அப்பு இருக்கிறான். அவனிடம் ஆங்கிலத்தில் பேசுவாள். அவனிடம் பேசும்போது மிகவும் சுவாரஸ்யமாக இருக்கும். அவன் வேறு ஏதோ மொழியில் அவளிடம் பதில் சொல்வான். அவள் தனியாக இருக்கும்போது பூக்களிடமும் வண்ணத்துப்பூச்சிகளிடமும், தனக்குத் தெரிந்த ஆங்கில வார்த்தைகளைக்கொண்டு பேசிக்கொண்டிருப்பாள்.

கணக்கில் சில கேள்விகளுக்கான பதில்களை ஒருமுறை சொன்னாலொன்றும் அவளுக்குப் புரியாது. மிஸ் சொல்லிக் கொடுத்துக்கொண்டிருக்கும்போது பலமுறை அவளுக்கு சந்தேகம் வரும்.

அப்போதே அவள் எந்தத் தயக்கமும் இல்லாமல் எழுந்து தன் சந்தேகத்தைச் சொல்வாள்.

மிஸ் மிகவும் அன்புடன் அவளது சந்தேகங்களைத் தீர்த்துவைப்பார்கள். என்ன கேட்டாலும் மிஸ் ஒருபோதும் கோபப்பட்டதே இல்லை. எப்போதும் சிரித்தபடிதான் பேசுவார்கள். மிஸ்ஸின் சிரித்த முகம் மிகவும் அழகாக இருக்கும். வகுப்பில் உள்ள குறும்புக்காரக் குழந்தைகள்கூட மிஸ் சொல்வதன்படி கேட்டு நடப்பார்கள்.

நேரம் கிடைக்கும்போதெல்லாம் ஒரு நிமிடம் கூட வீணாக்காமல் எப்போதும் படிக்க வேண்டும் என்று மிஸ் சொல்வார்கள். நல்ல புத்தகங்கள் நல்ல நண்பர்களாம். புத்தகங்கள் வாசிக்கும்போது கவலை தீரும், தைரியம் கிடைக்கும், பிறகு நல்ல நல்ல கனவுகளும் காண முடியும் என்று மிஸ் சொல்வார்கள்.

புத்தகங்கள் வாசித்தால் எப்படிக் கவலைகள் தீரும்? எப்படி தைரியம் கிடைக்கும்? மிஸ் பொய் சொல்லமாட்டார்கள். அது அவளுக்குத் தெரியும். மிஸ் என்ன சொன்னாலும் அவள் அதை நம்புவாள். மிஸ் சொல்வதெல்லாம் உண்மையும் சரியுமாகும் என்பதுதான் அவளது நம்பிக்கை.

இளவரசியாக ஆவதைக் கனவில் பார்த்ததில்லை என்றாலும் விழித்திருக்கும்போது அவள் பலமுறை மனதில் பார்த்திருக்கிறாள். கதை கேட்டால்தானே, தூங்காதபோதும் மனதில் கனவுகள் தோன்றுகின்றன. அப்படி யோசித்தபோது மிஸ் சொன்ன விஷயங்கள் முழுதும் உண்மைதான் என்று அவள் மீண்டும் உறுதிகொண்டாள்.

மிஸ்ஸின் கையில் எப்போதும் புத்தகங்கள் இருக்கும். தன் வீட்டில் நிறையப் புத்தகங்கள் இருக்கின்றன என்று மிஸ் ஒருமுறை வகுப்பில் சொல்லியிருக்கிறார்கள். எழுத்துகளை நன்றாகக் கூட்டி வாசிக்க கற்றுக்கொள்ளும்போது நிறைய புத்தகங்கள் வாசிக்க வேண்டும். அப்போது மிஸ்ஸுக்கு இருப்பதைப்போன்று நல்ல அறிவு வரும்.

பெரும்பாலும் இப்படியெல்லாம் அவள் சிந்தித்துக்கொண்டிருப்பாள். மிஸ்ஸுக்கு எவ்வளவு திறமைகள் இருக்கின்றன! அவர்களுக்கு எப்படித்தான் இவ்வளவு திறமைகள் கிடைத்தன என்று தெரியவில்லையே? மிஸ்ஸைப்போல ஆவதற்கு என்ன செய்ய வேண்டும்? நன்றாகப் படித்தால் போதுமா?

எல்லோருக்கும் மிஸ்ஸைப் பிடிக்கும். மிஸ்ஸைப் பிடிக்காதவர்கள் என்று பள்ளியில் யாருமில்லை.

தொலைக்காட்சி நிகழ்ச்சிகளில் வரும் அத்தைகளைப்போல மிஸ் நன்றாகப் பாடுவார்கள். மிஸ்ஸுக்கு எவ்வளவோ கதைகள் தெரியும்! எப்படி அவர்கள் இந்தக் கதைகளைத் தெரிந்துகொள்கிறார்கள்? நிறைய புத்தகங்கள் படிப்பதனால் இருக்கலாம். எழுத்துக்கூட்டி வாசிக்கத் தெரிந்தால் கதைப் புத்தகங்களைப் படிக்க முடியும் என்று அடிக்கடி மிஸ் சொல்வார்கள். யார் உதவியும் இல்லாமல் தனியாகப் புத்தகங்கள் படிக்க வேண்டும் என்று தியாவுக்கு ஆசை.

எழுத்துகள் தெரியும் என்றாலும் எல்லா எழுத்துகளையும் கூட்டி வாசிக்க அவளால் முடியவில்லை. அதனால்தான் கொஞ்சம் படித்துக்கொண்டிருக்கும்போதே அவளுக்குச் சலிப்பாகிவிடும். அதன் பிறகு வாசிக்கத் தோன்றாது. அதுதான் பிரச்சினை. அவள் அம்மாவுக்கோ, மிகக் குறைவான கதைகள்தான் தெரியும். அம்மா, புத்தகங்கள் ஒன்றும் படிப்பதே இல்லை. புத்தகங்கள் வாசிக்காமல் எப்படிக் கதைகள் தெரிந்துகொள்ள முடியும்?

அப்பாவும் அப்படித்தான்; அவர் எந்தப் புத்தகமும் வாசிக்க மாட்டார். வீட்டின் முன் பகுதியிலேயே அப்பாவும் அம்மாவும் சேர்ந்து, பல பொருட்கள் விற்கும் ஒரு கடையை நடத்திவருகிறார்கள். கடை நேரம் முடிந்த பிறகு வீட்டில் இருக்கும்போதெல்லாம் இருவரும், கூடத்தில் உள்ள தொலைக்காட்சியின் முன்னால்தான் இருப்பார்கள்.

அவளைப் படிக்கச் சொல்வார்கள், பிறகு அவர்கள் தொலைக்காட்சித் தொடர்கள் பார்ப்பார்கள். படிப்பதற்காக உட்கார்ந்தாலும் தியாவின் கவனம் தன்னையறியாது தொலைக்காட்சித் தொடரில்தான் செல்லும்.

'பெரியவளாக வளர்ந்த பிறகு நான் டீச்சராக வேண்டும். மிஸ்ஸைப்போல கறுப்புக் கண்ணாடி அணிந்து ஸ்கூட்டரில் பள்ளிக்குச் செல்ல வேண்டும். குழந்தைகளுக்கு நிறையக் கதைகள் சொல்ல வேண்டும். எல்லாக் குழந்தைகளிடமும் அன்புடன் நடந்துகொள்ள வேண்டும். தவறு செய்தாலும் யாரையும் திட்டவோ அடிக்கவோ கூடாது. அன்பாகச் சொல்லித்தான் புரியவைக்க வேண்டும். குழந்தைகள் நல்ல விஷயங்கள் செய்தால் அவர்களிடம் 'குட் கேர்ள்', 'குட் பாய்' என்றெல்லாம் சொல்வேன்'

'நீ படித்து என்னவாகப் போகிறாய்?' என்று கேட்டால், அவள் மனதில் உள்ள கனவு இதுதான். ஆனால், அந்தக் கனவை அவள் அப்பாவிடமோ அம்மாவிடமோ சொல்ல மாட்டாள். அவளைப்

பொறியாளர் ஆக்குவதற்குத்தான் அப்பாவும் அம்மாவும் விரும்புகிறார்கள். ஒருமுறை தியா, 'நான் டீச்சர் ஆக விரும்புகிறேன்' என்று அம்மாவிடம் சொன்னாள். அப்போது அம்மா, 'நீ டீச்சர் ஆனால் உனக்குக் கொஞ்சம் சம்பளம்தான் கிடைக்கும். அதனால் உனக்கு டீச்சர் வேலை வேண்டாம்' என்று சொன்னார்கள். அம்மா அப்பா என்ன சொன்னாலும், தான் டீச்சராகத்தான் ஆக வேண்டும் என்று தியா உறுதியாக இருந்தாள். பெரியவளாக வளர்ந்த பிறகு யாரும் தன்னைத் திட்ட மாட்டார்கள் அல்லவா, அதுதான் அவள் எண்ணம்.

மிஸ்ஸைப் பற்றி அவளுக்கு மேலும் பல நல்ல நினைவுகள் இருக்கின்றன. கடந்து சென்ற நிறைய நல்ல விஷயங்களும் கெட்ட விஷயங்களும் அவள் மனதில் உண்டு. எல்.கே.ஜி.யிலும் யு.கே.ஜி. யிலும் நடந்த சம்பவங்கள் எதையும் அவள் மறக்கவில்லை.

மனதில் பதிந்துவிட்ட நல்ல விஷயங்களை யாரேனும் அவ்வளவு சுலபமாக மறந்துவிடுவார்களா? தன்னை, 'நல்ல பெண்' என்று சொல்வதைக் கேட்பதற்கு அவளுக்கு மிகவும் பிடிக்கும். காயத்ரி மிஸ் மட்டும்தான் அவளிடம் அப்படிச் சொல்வார்கள். வகுப்பில் கேட்ட கேள்விக்குப் பதில் சொன்னால் மிஸ் அவளது தோளில் தட்டி, 'கெட்டிக்காரி!' என்று பாராட்டுவார்கள். அந்த வார்த்தைகளைக் கேட்பதற்கு அவள் மிகவும் விரும்புவாள்.

தவறாகப் பதில் சொன்னாலும் மிஸ் கடிந்துகொள்ள மாட்டார்கள். 'பரவாயில்லை, நாளை படித்துக்கொண்டு வர வேண்டும்' என்று அன்புடன் சொல்பவர்களை பிடிக்காதவர்கள் இருக்க முடியுமா?

மிஸ்ஸைப் பற்றி நினைத்துப் பார்ப்பதற்கு அவளுக்கு இன்னும் நிறைய நல்ல விஷயங்கள் இருந்தன! ஒரு திரைப்படக் காட்சிகளைப்போல அவையெல்லாம் அவள் மனதில் ஒவ்வொன்றாகக் கடந்து சென்றன.

மிஸ் வகுப்பில் இல்லாதபோது தியா பேசினாள் என்று அமலா பேரெழுதிக் கொடுத்தாலும் தியா சண்டை போட மாட்டாள். மிஸ்ஸின் முன்னால் பணிவான பெண்ணாக இருப்பதற்குத்தான் அவள் விரும்புவாள்.

அதனால், மிஸ் சொல்வதையெல்லாம் எந்தத் தயக்கமும் இன்றி அப்படியே பின்பற்றுவதில் அவள் கவனம் கொண்டிருந்தாள்.

ஆனால், அமலா பொய்யாகப் புகார் எழுதிக் கொடுத்து தொந்தரவு செய்வாள். தியாவால் அதை ஒரு போதும் சகித்துக்கொள்ள முடியவில்லை. அதைப் பற்றி நினைத்தபோதே அமலா மீது அவளுக்குக் கடும் கோபமும் வெறுப்பும் ஏற்பட்டது.

திடீரென்று அவள், மகிழ்ச்சியான மற்றொரு விஷயத்தைப் பற்றி நினைத்துப் பார்த்தாள். அந்த இனிய நினைவின் காரணத்தால், தன்னையறியாது அவள் முகத்தில் புன்னகை மலர்ந்தது.

ஒரு நாள் தியாதன் பிறந்த நாளுக்கு சாக்லேட் கொடுத்தபோது மிஸ் அவள் கன்னத்தைத் தட்டிச் சொன்னார்கள்:

"தியா, நீ மிகவும் அழகான பெண்ணாகிவிட்டாயே! வெரிகுட்!"

அந்த நேரத்தில் தியா பெரிதும் மகிழ்ச்சியடைந்தாள். அதற்குக் காரணம், மிஸ்ஸின் வார்த்தைகளில் உள்ள ஏதோ மந்திரசக்திதான்போலிருக்கிறது.

அந்த நாளை அவள் இப்போதும் மறக்கவில்லை. எப்படி மறக்க முடியும்? அவளுக்கு மிகப் பெரிய சந்தோஷத்தைக் கொடுத்த நாள் அது. அன்று அவள் புதிய வண்ண உடை அணிந்திருந்தாள். வகுப்பில் உள்ள நிறையக் குழந்தைகளுக்கு அவளது உடை மிகவும் பிடித்திருந்தது. அமலா மட்டும் உடை நன்றாக இல்லை என்று சொன்னாள். தியா அதைக் கேட்டதாகக் காட்டிக்கொள்ளவில்லை.

அன்று அவள் வீட்டுக்குச் சென்று கண்ணாடியின் முன்னால் நீண்ட நேரம் நின்றாள். வெகுநேரமான பிறகும், பார்த்தது போதும் என்று அவளுக்குத் தோன்றவில்லை.

கண்ணாடியில் தெரியும் உருவத்திடம் அவள், 'மிஸ் என்னை அழகான பெண் என்று சொன்னார்களே!' என்று கள்ளச் சிரிப்புடன் மீண்டும் மீண்டும் சொல்லிக்கொண்டிருந்தாள். அன்று அவள் கால்கள் தரையில் பதியவில்லை. மகிழ்ச்சியால் துள்ளிக்கொண்டிருந்தாள். கதை கேட்பதற்கு அவளுக்குப் பிடிக்கும். சில கதைகளை எத்தனை முறை கேட்டாலும் திருப்தி வராது. மிஸ் சொன்ன சின்ட்ரெல்லா கதைதான் அவளுக்கு மிகவும் பிடிக்கும். சில இரவுகளில் தூக்கம் வராமல் படுத்திருக்கும்போது, கதையில் வரும் நிகழ்ச்சிகளை அவள் நினைத்துப் பார்ப்பாள். ஒரு தேவதை வந்து, சின்ட்ரெல்லாவைப்போல அவளையும் இளவரசியாக்குவதாக கற்பனை செய்வாள். சின்ட்ரெல்லாவைப்போல இளவரசியாக ஆகிவிட்டால் எவ்வளவு சுவாரஸ்யமாக இருக்கும்! பள்ளிக்குப் போக வேண்டாம், படிக்க வேண்டாம், யாரிடமும் திட்டு வாங்காமல் மகிழ்ச்சியுடன் அரண்மனையில், திரைப்படங்களில் வருவதுபோல தோழிகளுடன் ஆடிப் பாடித் திரியலாம். அப்படி நினைத்துக்கொண்டிருந்தபோது தன்னையறியாது அவள் மனதில் மகிழ்ச்சி நிறைந்தது.

சில இரவுகளில் படுக்கும்போது, தான் இளவரசியாக ஆவதை கற்பனை செய்து பார்ப்பாள். ஆயினும் தேவதை வந்து தன்னை ஏன் இன்னும் இளவரசியாக்கவில்லை? சின்ட்ரெல்லாவைப்போல

பெரிய பெண்ணாக இல்லாத காரணத்தாலா? சின்னப் பெண்ணை யாராவது திருமணம் செய்துகொள்வார்களா? இளவரசியாக ஆவதைப் பற்றி நினைத்தபோது தியாவுக்கு சிரிப்பு வந்தது.

நிறையக் கனவு காணும்போது ஒரு நாள் உண்மையிலேயே கனவு பலிக்கக்கூடும். நாம் எப்படி ஆக வேண்டும் என்று கனவு காண்கிறோமோ, உண்மையில் அப்படியே ஆகிவிடுவோம் என்று மிஸ் பல முறை வகுப்பில் சொல்வதுண்டு. சில நேரங்களில் அவள் கனவு வேறு மாதிரியாக இருக்கும். தான் ஒரு டீச்சராக வகுப்பில் நின்று பாடம் நடத்துவதை மனதில் காண்பாள். அந்த நேரத்தில் அவளுக்கு நன்றாகப் படிக்க வேண்டும் என்று தோன்றும். டீச்சர் ஆன பிறகு குழந்தைகள் என்ன கேள்வி கேட்டாலும் பதில் சொல்ல வேண்டாமா? படிக்காமல் இருந்தால் பிறகு எப்படிக் குழந்தைகளுக்குச் சொல்லிக் கொடுக்க முடியும்? அதற்காக நன்றாகப் படிக்க வேண்டும் என்று அவள் மனதில் உறுதி கொண்டாள்.

3

பள்ளி பற்றிய நினைவுகள் மகிழ்ச்சியளிப்பதாக மட்டுமே இல்லை. அவளுக்கு கோபமும் துயரமும் கொடுக்கும் நினைவுகளும் இருந்தன.

தியாவுக்கு மெலிந்த முகம், மெலிந்த உடல், எண்ணெய்ப் பசையற்ற செம்பட்டைத் தலை. அதனால் அவளை அமலாதான் முதலில் 'ஒல்லிப்பிச்சான்' என்று கேலியாக அழைத்தாள். இப்போது வகுப்பில் உள்ள சில குழந்தைகள் அவளை ஒல்லிப்பிச்சான் என்று தமாஷாக அழைக்கிறார்கள். அவளுக்கு அந்தப் பெயரைக் கேட்டாலே பிடிக்காது. அப்படி யாரும் அவளை அழைத்தால், அவமானகரமான அந்தப் பெயரைக் கேட்டதாகக் காட்டிக்கொள்ளமாட்டாள். ஆனால் அந்த நேரத்தில் கோபத்தால் மனதுக்குள் கொந்தளித்துக்கொண்டிருப்பாள். அவள் முகமெல்லாம் கடுகடுவென்று ஆகிவிடும்.

அவள் கேட்காதது போல இருந்தாலும் சில பிள்ளைகள் அதைப் பொருட்படுத்தாமல் மீண்டும் அவளை அப்படியே அழைத்துக் கேலி செய்வார்கள். அதைக் கேட்டு வகுப்பில் உள்ள மற்ற பிள்ளைகள் சிரிப்பார்கள். இதைத்தான் அவளால் தாங்கிக்கொள்ளவே முடியவில்லை.

இதில் சிரிப்பதற்கு என்ன இருக்கிறது. குழந்தைகளைச் சொல்லிக் குற்றமில்லை. எல்லாவற்றுக்கும் காரணம் அமலாதான். அமலாதானே அந்தப் பெயரை வகுப்பில் பரப்பினாள்.

அப்போதெல்லாம் தியா கோபத்துடன் முஷ்டி மடக்கிக்கொண்டு, 'எனக்கு நன்றாக பலம் இருந்தால் அவள் மூக்கில் அடித்துப் பஞ்சராக்கியிருப்பேன்' என்று நினைப்பாள். அன்று அந்த விஷயத்தை அம்மாவிடம் தெரிவித்தபோது அம்மா சொன்னது அவளுக்கு நினைவு வந்தது:

"நீ நன்றாகச் சாப்பிட்டு அமலாவைப்போல பெரிய பெண்ணாகு. அப்புறம் உன்னை யாரும் கேலி செய்ய மாட்டார்கள்."

அமலாவைப்போல பலசாலி ஆக வேண்டும் என்று அவள்

நன்றாகத்தான் சாப்பிடுகிறாள். ஆனால், தியா எவ்வளவு சாப்பிட்டாலும் அம்மாவுக்கு திருப்தி வராது. மீண்டும் மீண்டும் சாப்பிடும்படி அவளை வற்புறுத்திக்கொண்டே இருப்பார்கள். தயங்கினால், அம்மா அள்ளி ஊட்டுவார்கள். உடல் பெருக்காதது, சாப்பிடாததால் அல்ல. அம்மா அனாவசியமாக குற்றம் சொல்கிறார்கள்.

அவள் துயரம் என்னவென்று அம்மாவுக்குத் தெரியாது.

பிறகு என்ன செய்வது? அவளிடம் ஒரு வழிதான் இருந்தது.

யாருக்கும் கேட்காதபடி அவள் மனதுக்குள் அமலாவைத் திட்டுவாள்:

"குரங்குக்குட்டி... குரங்குக்குட்டி..." அப்படிச் சொல்லி முடிக்கும்போது கோபம் குறைந்து, அவள் மனது கொஞ்சமாவது சாந்தமடையும். இப்படித் தன்னைச் சமாதானப்படுத்திக்கொள்வது ஒன்றுதான் அவளுக்கு இருந்த ஒரே வழி. இதைத் தவிர, அமலாவின் மீதான கோபத்தைத் தீர்த்துக்கொள்வதற்கு என்ன செய்வது?

எவ்வளவு நல்ல மனநிலையில் இருந்தாலும் அமலாவைப் பற்றி நினைத்துப் பார்க்கும்போது தியாவுக்கு தன்னையறியாமல் கோபம் வந்துவிடும். எப்படிக் கோபம் வராமல் இருக்கும்? வெறுப்பும் கோபமும் ஏற்படும்படிதான் எப்போதும் அமலா அவளிடம் நடந்துகொள்கிறாள். அப்போதெல்லாம், அமலா இறந்துபோக வேண்டும் என்று தியா கடவுளிடம் வேண்டியிருக்கிறாள். இறந்த பிறகு எப்படி அமலா பள்ளிக்கு வருவாள்? அப்புறம் அவளால் எந்தத் தொந்தரவும் இருக்காது.

அடுத்த நொடியே தியாவுக்கு, 'நமக்குப் பிடிக்காதவர்களாக இருந்தாலும் அவர்களுக்குத் தீங்கான விஷயத்தை நாம் ஒருபோதும் சொல்லக் கூடாது' என்று காயத்ரி மிஸ் சொன்னது நினைவுக்கு வரும். 'அமலா இறந்தால் அவள் அப்பா அம்மாவுக்குக் கஷ்டமாக இருக்கும்தானே?' அப்படி நினைத்து அவள் தன் பிரார்த்தனையை உடனடியாகத் திருத்துவாள்:

"அமலா சாக வேண்டாம். அவளை வேறு பள்ளிக்கு அனுப்பினால் போதும். இல்லையென்றால், அவள் தொந்தரவு செய்யாமல் இருந்தாலே போதும்."

அவள் பள்ளிக்குச் செல்வது தொடர்பாக அவள் தலைக்குள் நிறைய எண்ணங்கள் கூடுகட்டியிருந்தன. அவற்றில், நடந்து முடிந்த நல்லவையும் கெட்டவையும் இருந்தன, வரப்போகும் விஷயங்களும் இருந்தன.

எல்லா எண்ணங்களும் மனதில் ஒன்றோடொன்று கலந்து குழம்பிக் கிடந்தன.

நீண்ட நேரம் அவளால் அப்படி ஒதுங்கிப் படுத்திருக்க முடியவில்லை.

"அம்மா, நாம் எப்போது பள்ளிக்கூடத்துக்குப் போக வேண்டும்?"

பட்டென்று கட்டிலில் எழுந்து உட்கார்ந்து தியா கேட்டாள்.

"ஒன்பது மணிக்கு. தாமதமாகக் கூடாது. காலையில் சீக்கிரம் எழுந்து தயாராக வேண்டும்."

"நான் எப்படிப் போவது? நாளைக்கு ஸ்கூல் பஸ் வருமா?"

"நாளை நான் உன்னை ஸ்கூட்டரில் கொண்டு போய் விடுவேன், அப்புறம் தினமும் ஸ்கூல் பஸ்ஸில் போக வேண்டும்."

"நாளை வகுப்புக்கு நீங்களும் என்னுடன் வர வேண்டும், அம்மா."

"அதற்கென்ன, வருகிறேன். நீ கண்களை மூடி பிரார்த்தனை செய்து சீக்கிரம் தூங்கு." அவளை அணைத்துக்கொண்டு அம்மா அன்புடன் சொன்னார்கள்.

அடுத்த நொடியே சுவர்க் கடிகாரத்தில் நேரம் பதினொன்று அடித்தது.

"நாளை சீக்கிரம் எழுந்திருக்க வேண்டும், கவனம். அம்மாவை டென்ஷனாக்கக் கூடாது." இரவு மிகவும் தாமதமாகிவிட்டதே என்ற கவலையுடன் விளக்கை அணைத்தபடி அம்மா சொன்னார்கள்.

அம்மா சொன்னபடி அவள் கடவுளைப் பிரார்த்தித்துவிட்டு கண்கள் மூடிப் படுத்தாள். விளக்கை அணைத்து அப்பாவும் அம்மாவும் தூங்கிய பிறகும் அவளுக்குத் தூக்கம் வரவில்லை.

மின்விசிறியின் ஓசையைக் கேட்டபடி, தூக்கம் வராமல் இப்படியும் அப்படியும் புரண்டுகொண்டிருக்கும்போது, 'சீக்கிரம் விடிந்துவிட்டால் நன்றாக இருக்குமே' என்று அவள் நினைத்தாள்.

எவ்வளவு நேரம் அப்படிப் படுத்திருந்தாள் என்று தெரியவில்லை. பிறகு இமைகள் தாமாகவே கனத்து மூடிக்கொண்டன. அந்த நேரத்தில் நிறையக் கனவுகள் அவள் கண்களில் கூடைய வந்தன. அன்று அவளைக் கெட்ட கனவுகள் எதுவும் பயமுறுத்தவில்லை. கண்களுக்குள் வந்ததெல்லாம் மகிழ்ச்சி நிறைந்த நல்ல கனவுகள்தான்.

4

காலையில் காற்றும் மழையும்தான் தியாவை தூக்கத்திலிருந்து எழுப்பின. வெளியே கடுமையான மழை. அதனுடன் போட்டி போட்டுக்கொண்டு காற்று. காற்றின் கோபத்தில் மரங்களெல்லாம் அசைந்தாடிக்கொண்டிருந்தன. விழித்தாலும், தூக்கக் கலக்கமான கண்களுடன் சோம்பலாக ஏதோ யோசித்துக்கொண்டு கட்டிலிலேயே படுத்திருந்தாள். கனத்த மழையில் வெப்பம் தணிந்து எங்கும் குளிர்ச்சி பரவியிருந்தது. காலநிலை எவ்வளவு சீக்கிரம் மாறிவிட்டது!

அவள் கண்களில் இன்னும் தூக்கம் மிச்சமிருந்தது. குளிரில் போர்வையை இழுத்துப் போர்த்திக்கொண்டு படுப்பதற்கு சுகமாக இருக்கும்!

அவளுக்கு எழுந்திருக்கவே தோன்றவில்லை. தாமதமானால், சமையலறையில் வேலை செய்துகொண்டிருக்கும் அம்மா திட்டுவார்கள்.

முதல் நாளானதால் அம்மா கோபப்படுவதற்கு முன்பே ஆயத்தமாக வேண்டும் என்று அவள் நினைத்துக்கொண்டிருந்தாள் என்றாலும் அவள் எழுந்திருக்கவில்லை.

மழைக்காலம் ஆரம்பித்துவிட்டது என்று அம்மா அவளிடம் சொல்லியிருந்தார்கள். ஆனால், அவள் தூங்குவதற்கு முன்புவரை மழை ஒன்றும் பெய்யவில்லை. பிறகு எப்போது மழை வந்தது?"

'நள்ளிரவில் மழை பொழிந்திருக்கும்' என்று அவள் நினைத்தாள்.

இரண்டு மூன்று நாட்களாக வெயில் இல்லை. ஆகாயம் முழுதும் கறுப்பும் வெள்ளையுமான மேகங்கள் சிதறிக் கிடந்தன. காற்று வீசும்போது மேகங்கள் மிதந்து மிதந்து சென்றன. பஞ்சுக் கட்டுகள்போன்ற அவை ஆகாயத்தை உரசிக்கொண்டு எவ்வளவு வேகமாகச் செல்கின்றன! அந்த ஓட்டம் பார்ப்பதற்கு அழகாக இருந்தது. அந்த மேகங்கள் எல்லாம் எங்கே செல்கின்றன? அவள் வியப்புடன் யோசித்தாள். ஆகாயத்தில் மேகங்கள் திரளத் தொடங்கியபோதே அம்மா சொன்னார்கள்:

"வானம் கறுக்கிறது, மழைக்காலம் தொடங்கிவிட்டது."

அம்மா சொன்னதுபோல சீக்கிரமே மழை வந்துவிட்டது

இவ்வளவு காலம் மழை எங்கே ஒளிந்திருந்தது? கருமேகங்களுக்கு உள்ளே ஒளிந்திருக்குமோ? தெளிவாக இருந்த ஆகாயத்தில் கருமேகங்கள் எங்கிருந்து வந்தன? கருமேகங்கள் வானத்தில் திரளும்போது மட்டும்தான் மழை பெய்கிறதா? வெள்ளை மேகங்கள் சேரும்போது மழை பொழியாதா? அவள் மனதில், மழையைக் குறித்தான சந்தேகங்கள் நிறைந்தன.

மழையில் நனைந்து துள்ளி விளையாட அவளுக்கு மிகவும் பிடிக்கும்.

அவளுக்குப் பிடித்து என்ன ஆகப்போகிறது? சற்றே மழை தூறினாலும் வாசலுக்குச் செல்ல அம்மா சம்மதிக்க மாட்டார்கள். அப்போது வெளியே சென்றால் திட்டுவார்கள். மழையில் நனைந்தால் காய்ச்சல் வந்துவிடுமாம்!

'மழையில் நனையாவிட்டாலும் காய்ச்சல் வருவது உண்டுதானே?' அம்மா கோபப்படும்போது அவள் இப்படி யோசிப்பாள். மழை பெய்யவே வேண்டாம், மேகமூட்டமாக இருந்தாலே போதும், அப்புவுக்கு சளி பிடித்துவிடும். பிறகு தும்மிக்கொண்டே இருப்பான். ஆயினும் அவளுடன் மழையில் நனைந்து விளையாடுவதற்கு அவனும் வருவான். மழையில் நனைந்தால் அவனுக்கு நிச்சயமாகக் காய்ச்சல் வரும். அவளால்தான் அவன் மழையில் நனைந்தான் என்று சொல்லி அம்மா அவளை மிகவும் திட்டுவார்கள். அவனுக்கு குணமாவதுவரை அம்மா அடிக்கடி இப்படியே சொல்லிக்கொண்டிருப்பார்கள்.

தியா பல முறை குடை எடுக்காமல் மழையில் நனைந்திருக்கிறாள். ஆயினும் மழையில் நனைந்ததால் அப்புவைப்போல அவளுக்கு இதுவரை காய்ச்சல் வந்ததில்லை. மழையில் விளையாட முடியாததில் அவளுக்கு வருத்தம் ஏற்பட்டது. அம்மா சொல்வதுபோன்று காய்ச்சல் வந்துவிட்டால் என்ன செய்வது? அது ஒரு பெரிய பிரச்சினை என்று அவளுக்குத் தெரியும்.

சிறிய காய்ச்சல் வந்தால் பரவாயில்லை. அப்போது பள்ளிக்குப் போக வேண்டாம், அல்லவா?

எல்.கே.ஜி.யில் படிக்கும்போது அவளுக்கு ஒரு முறை கடுமையான காய்ச்சல் வந்தது. அதனால் ஐந்தாறு நாட்கள் பள்ளிக்குப் போக முடியவில்லை. அன்றைக்கு வந்த காய்ச்சலைப் பற்றி நினைத்துப் பார்த்தாலே அவளுக்கு அச்சமாக இருக்கும். அந்தக் கசப்பான மருந்தையும் ஊசியையும் நினைத்தாலே இப்போதும் குமட்டலெடுக்கும். அந்த நாட்களில் தலையைக்கூட தூக்க

முடியாமல் அவள் படுத்தே கிடந்தாள்.

காய்ச்சலாகக் கிடக்கும்போது அவள் கெட்ட கனவுகள் எவ்வளவு கண்டிருக்கிறாள்! அம்மா சொன்ன கதையில் உள்ள பூதம், தூங்கும்போது வந்து அவளைப் பயமுறுத்தும். தூங்கினால் பூதம் வந்துவிடுமோ என்று பயந்து அவள் கண்கள் மூடவே அஞ்சுவாள். காய்ச்சலாகக் கிடக்கும்போது அவள் அனுபவித்த கஷ்டங்களை இவ்வளவு நாளான பிறகும் அவள் மறக்கவில்லை. மழையில் நனைந்து காய்ச்சல் வந்து ஏதாவது மருத்துவமனையில் சேரவேண்டியிருந்தால் என்ன செய்வது? மருத்துவமனையில் படுத்திருப்பதைப் பற்றி அவளால் யோசிக்கவே முடியவில்லை. கொஞ்சம் நாட்கள் அவள் மருத்துவமனையில் இருந்திருக்கிறாள். மிகவும் வேதனையான அந்த நினைவில், வலது கை சுட்டுவிரலை அவள் மெல்லத் தடவிப் பார்த்தாள். அன்புடன் அந்த விரலில் முத்தமிட்டாள்.

யு.கே.ஜி. படித்துக்கொண்டிருந்தபோது நடந்த ஒவ்வொரு சம்பவமும் அவள் மனதில் மறையாதிருக்கிறது. சிதறிக் கிடந்த அவையெல்லாம் அந்த நேரத்தில் அவள் மனதில் ஒவ்வொன்றாக வந்தன.

5

யு.கே.ஜி. ஆண்டுத் தேர்வுக்குச் சற்று முன்பான நாட்களில் தியாவின் மனது வட்டமிட்டுப் பறந்தது. அடுத்த நொடியே தன்னையறியாது வலது கை சுட்டுவிரலில், அசௌகரியமான ஒரு குளிர் பரவியது. அந்தக் குளிரில் மலை அருவிபோல நினைவுகளெல்லாம் அவள் மனதில் பாய்ந்து வந்தன. எல்.கே.ஜி. யிலும் யு.கே.ஜி.யிலும் படிக்கும்போது அவள் ஆட்டோரிக்ஷாவில்தான் பள்ளி சென்று வந்துகொண்டிருந்தாள். அன்றும் வழக்கம்போல அவள் பள்ளிவிட்டு ஆட்டோவில் வீட்டுக்கு வந்துகொண்டிருந்தாள்.

ஆட்டோவிலிருந்து எல்லா குழந்தைகளும் இறங்கிவிட்டார்கள். அவள் கடைசி ஆளாகத்தான் ஆட்டோவிலிருந்து இறங்குவாள்.

வீட்டில் அவள் ஒதுங்கி இருந்தாலும், வீட்டிலும் மற்ற இடங்களிலும் அப்படி இருக்க மாட்டாள்.

அன்று அவள் ஆட்டோவில் தனியாக இருந்தபோது, ஆட்டோவிலிருந்து சுட்டுவிரலை வெளியே நீட்டி சாலையில் பாய்ந்து செல்லும் வாகனங்களை ஒவ்வொன்றாக எண்ணிக்கொண்டிருந்தாள். சாலையில் குறுக்கும் நெடுக்குமாக சீறிப் பாய்ந்து செல்லும் வாகனங்களின் எண்ணிக்கை அப்போது அதிகமாக இருந்தது. அப்போது ஒவ்வொரு வாகனத்தையும் சரியாக எண்ணுவது சுலபமாக இருக்கவில்லை.

ஒன்று, இரண்டு, மூன்று, நான்கு... இடையில் அவளது கணக்கு தவறிவிட்டது. அவள் விடவில்லை. கையை வெளியே நீட்டி ஒன்றிலிருந்தே ஆரம்பித்து மீண்டும் எண்ணிக்கொண்டிருந்தாள். அவளது கவனத்தை சிதறடித்தவாறு எதிரே வந்த ஒரு ஆட்டோ, அவளது ஆட்டோவை பட்டும்படாமல் உரசிவிட்டு அதி வேகமாகக் கடந்து சென்றது.

ஆட்டோ மாமா மின்னல் வேகத்தில் வண்டியைத் திருப்பியிருக்கவில்லை என்றால் நிச்சயமாக அந்த ஆட்டோ மோதியிருக்கும்! அவள் அச்சத்துடன் நொடி நேரத்தில் கையை

உள்ளே இழுத்துக்கொண்டாள் என்றாலும், அவளது பாதி சுட்டுவிரலின் சதை முழுவதையும் அந்த ஆட்டோவிலிருந்த ஏதோ ஒரு கூர்மையான பாகம் இழுத்துக்கொண்டு சென்றிருந்தது. அந்த நொடியின் திகைப்பில், என்ன நடந்தது என்று அவளுக்குப் புரியவில்லை. கொஞ்சம் பயந்தாள். ஆயினும் அந்த நேரத்தில் அவளுக்கு வலியொன்றும் தெரியயவில்லை. அச்சுறுத்திய ஆட்டோவின் ஓட்டுநரை கண்டபடி திட்டும் ஆட்டோ மாமாவையே பார்த்துக்கொண்டிருந்தாள்.

விரலில் வலி தெரியயவில்லை என்றாலும், ரத்தம் சொட்டத் தொடங்கியபோது அவள் மிகவும் பயந்தாள். ஆயினும் ஆட்டோ மாமாவிடம் அவள் எதுவும் சொல்லவில்லை. அவளை வீட்டுக்கு முன்னால் இறக்கிவிட்டு ஆட்டோ திரும்பிப் போவதுவரை அவள் எப்படியோ கையை மறைத்து வைத்துக்கொண்டிருந்தாள். ஆட்டோ திரும்பிச் சென்றதும் அவள் அம்மாவின் முன்னால் கை நீட்டி உரக்க அழத் தொடங்கினாள். அடுத்த நொடியே அவள் அம்மாவும் கதறினார்கள்.

அவள் அம்மா எப்படிக் கதறாமல் இருப்பார்கள்? அவள் வலது கை சுட்டுவிரலிலிருந்து ரத்தம் சொட்டிக்கொண்டிருக்கிறது. விரலின் மேற்பாதியில் எலும்பு அப்படியே தெரிகிறது. என்றாலும் அவளுக்கு அப்போதும் பெரிதாக வலி தெரியயவில்லை. ஆனால், ரத்தத்தைக் கண்டபோது அவள் மிகவும் பயந்துவிட்டாள்.

அம்மாவின் அழுகையைக் கேட்டு அப்பாவும் அடுத்த வீட்டுக்காரர்களும் கடையில் உள்ளவர்களுமெல்லாம் அவளிடம் ஓடி வந்தார்கள். பிறகு அங்கே ஒரே களேபரம்.

"பயப்பட வேண்டாம். ஆஸ்பத்திரிக்குச் சென்றால் சரியாகிவிடும்." யாரோ அவளுக்கு ஆறுதலாகச் சொன்னார்கள்.

"அந்த டிரைவர் எப்படிப்பட்ட ஆள், பாருங்கள். எதுவும் தெரியாததுபோல குழந்தையை விட்டுவிட்டா போவது?"

"காசு வாங்க வேண்டும் என்பதைத் தவிர ஆட்டோக்காரர்களுக்கெல்லாம் வேறு எந்தப் பொறுப்பும் இல்லை."

"எதுவும் ஆகாமல் குழந்தைகள் வீடு வந்து சேர்ந்தாலே அதிர்ஷ்டம்தான்."

"குழந்தைகளை ஆட்டோவில் அள்ளித் திணித்துக்கொண்டு கண்மண் தெரியாமல் ஓட்டிச் செல்கிறார்களே?"

"போலீஸில் புகார் கொடுக்க வேண்டும்."

"புகார் கொடுத்து என்ன ஆகப்போகிறது?"

எல்லோரும் ஆட்டோ மாமாவைத்தான் குற்றம் சொல்கிறார்கள் என்று அவளுக்குப் புரிந்தது.

'ஏன் எல்லோரும் ஆட்டோ மாமாவைக் குற்றம் சொல்கிறீர்கள்? கையை வெளியே நீட்டக் கூடாது என்று எப்போதும் மாமா சொல்வார். அவர் சொல்வதைக் கேட்காததால்தானே விரலில் ஆட்டோ உரசியது? விரலில் காயம்பட்ட விஷயத்தை நான் மாமாவிடம் சொல்லவில்லை. பிறகு எப்படி அவர் குற்றவாளியாவார்? என்னால்தானே ஆட்டோ மாமாவை எல்லோரும் திட்டுகிறார்கள்? மாமா கோபப்பட்டு இனி என்னை ஆட்டோவில் ஏற்றாமல் போனால் என்ன செய்வது?' இப்படியெல்லாம் யோசித்தபோது அவளுக்கு துயரமாக இருந்தது.

ஆனால் அவள் எதுவும் பேசவில்லை. எல்லோரும் அவளைத் திட்டினால் என்ன செய்வது? அதுதான் அவள் பயம்.

அவள் அம்மா அஞ்சி நடுங்கி அழுதுகொண்டிருந்தார்கள். அதைப் பார்த்து தியாவின் பயம் மேலும் அதிகரித்தது.

அப்போது யாரோ அவள் அப்பாவிடம் சொன்னார்கள்:

"நேரத்தை வீணாக்காமல் சீக்கிரம் ஆஸ்பத்திரிக்கு அழைத்துச் செல்லுங்கள். ரத்தம் வழிகிறது பாருங்கள்."

அழைக்காமலேயே அந்த நேரத்தில் கடையின் முன்னால் அதிர்ஷ்டம்போல ஒரு காலி ஆட்டோ வந்து நின்றது.

அவளைத் தூக்கிக்கொண்டு அப்பாவும் அம்மாவும் ஆட்டோவில் பட்டென்று ஏறினார்கள். கூட்டம் சேர்ந்ததையும் அம்மாவும் தியாவும் அழுததையும் பார்த்தபோது அப்பு மிகவும் அரண்டுபோனான். அவனும் ஓவென்று அழத் தொடங்கினான். அப்பா அவனையும் தூக்கிக்கொண்டார்.

ஆட்டோ விரைவாகச் சென்றது. வேகமாகச் செல்லும் வாகனத்தில் இருப்பதற்கு அவளுக்குப் பிடிக்கும்.

ஆட்டோவில் சென்றுகொண்டிருக்கும்போது தியா அம்மாவிடம் கேட்டாள்:

"அம்மா, ஆஸ்பத்திரிக்குச் சென்றவுடன் நர்ஸ் எனக்கு ஊசி போடுவார்களா?"

"உன்னை எந்தத் தொந்தரவும் செய்யமாட்டார்கள்." அவளை நெருக்கமாக அணைத்துக்கொண்டு அம்மா கனிவாகச் சொன்னார்கள்.

"எனக்குப் பயமாக இருக்கிறது, அம்மா..." தன் விரலைப் பார்த்து அழுதபடி அவள் சொன்னாள்.

இதற்குள், பக்கத்திலுள்ள மருத்துவமனைக்கு வந்துவிட்டார்கள். வண்டி நின்றதும் அவள் கையைப் பிடித்துக்கொண்டு அப்பா பட்டென்று இறங்கினார். உடனே அவளை, மருத்துவர் இருக்கும்

அறைக்கு அழைத்துச் சென்றார். அறைக்குள் செல்லும் முன்பு அவள் திரும்பிப் பார்த்தாள். அப்புவைத் தூக்கிக்கொண்டு ஓடி வருவதற்கு அம்மா மிகவும் கஷ்டப்பட்டார்கள்.

'பாவம், அம்மா...' அவளுக்கு வருத்தமாக இருந்தது.

மருத்துவர் அவள் விரலைத் திருப்பித் திருப்பிப் பார்த்துக்கொண்டே கேள்விகள் கேட்டார். அதற்கெல்லாம் பதில் சொல்லும்போதும் அவள் அச்சம் விலகவில்லை.

பிறகு மருத்துவர், வெள்ளைச் சீருடை அணிந்த ஒரு அக்காவிடம் ஏதோ சொல்வதை அவள் கேட்டாள். அவர் சில வார்த்தைகளை ஆங்கிலத்தில் சொன்னதால் தியாவுக்கு எதுவும் புரியவில்லை.

அந்த அக்கா அவளை அடுத்த அறைக்கு அழைத்துச் சென்றாள். அம்மாவும் அப்பாவும் அவளுடன் வந்தார்கள்.

விரலில் மருந்து வைத்துக் கட்டும்போது அந்த அக்கா தியாவிடம் சொன்னாள்:

"உனக்கு வலிக்காமல் மருந்து வைத்து கட்டுப் போடுகிறேன், என்ன? பயப்பட வேண்டாம்."

வலிக்காது என்று அக்கா சொன்னாலும் மருந்து வைத்துக் கட்டும்போது அவளுக்கு நன்றாக வலித்தது. ஆயினும் அவள் அழவில்லை. வலியைத் தாங்கிக்கொண்டு அசையாமல் விரலை நீட்டிக்கொண்டிருந்தாள்.

ஊசிக்குழலை எடுப்பதைப் பார்த்தபோது அவள் மிகவும் கலவரமடைந்தாள். ஊசி போடுவது அவளுக்குப் பயம். அம்மாவின் கையை இறுகப் பிடித்தபடி அவள் அழுதபடியே சொன்னாள்:

"அம்மா, எனக்கு ஊசி வேண்டாம், அம்மா!"

"உனக்கு விரலில் பட்ட காயம் வலிக்காமல் இருப்பதற்காகத்தானே ஊசி போடுகிறார்கள். வலிக்காமல் ஊசி போடும்படி நான் சொல்கிறேன்."

"நீங்கள் சொன்னாலும் வலிக்கும், எனக்குத் தெரியும்."

தியா உரக்க அழுதாலும் அவள் இரண்டு கைகளையும் அசைக்க முடியாதவாறு அம்மா அழுத்திப் பிடித்துக்கொண்டார்கள். அவள் அம்மாவைப் பரிதாபமாகப் பார்த்து உரக்க அழுதாள் என்றாலும் அம்மா கையை விடவில்லை. உதறிக் கையை விடுவித்துக்கொள்ள முடிந்தவரை முயன்றாள். ஆயினும் அவளால் கைகளை கொஞ்சம்கூட அசைக்க முடியவில்லை.

அடுத்த நொடியே அந்த அக்கா அவள் கையில் ஊசி போட்டாள். அவளுக்கு மிகவும் வலித்தது. அழுகையை நிறுத்த அவளால்

முடியவில்லை. வேறொரு அக்கா வந்து அப்பாவிடம் ஏதோ காகிதத்தில் கையெழுத்து வாங்குவதை, அழுதுகொண்டே அவள் கவனித்தாள்.

அப்பா காகிதத்தில் கையெழுத்து போட்டவுடன் அவர்கள் அறைக்கு வெளியே வந்தார்கள். அம்மா அடிக்கடி கண்களைத் துடைத்துக்கொண்டார்கள். அம்மா ஏன் அழுகிறார்கள்? அவளுக்குப் புரியவில்லை.

அப்போதுதான் அடுத்த வீட்டு தாஸ் மாமா வந்தார்.

"டாக்டர் என்ன சொன்னார்?" அவள் கன்னத்தை லேசாகத் தொட்டபடி அப்பாவிடம் கேட்டார்.

அதற்கு அம்மாதான் பதில் சொன்னார்கள்:

"பாதி விரலை எடுக்க வேண்டுமாம். அதற்கான காகிதத்தில் நர்ஸ் கையெழுத்து வாங்கிக்கொண்டார்." அந்த மாமாவுக்கு மட்டும் கேட்பதற்காக அம்மா மெல்லத்தான் சொன்னார்கள் என்றாலும் தியா அதைக் கேட்டுவிட்டாள்.

'விரலை எடுப்பதா?' அவள் மனதில் ஒரு அச்சம் மின்னியது.

"வேண்டாம், இன்னும் கொஞ்சம் யோசித்து முடிவு செய்யலாமே." தாஸ் மாமா, அப்பாவிடமும் அம்மாவிடமும் சொன்னார்.

"டாக்டர் சொல்லும்போது நாம் வேறென்ன செய்ய முடியும்." அப்பாவும் அம்மாவும் ஒரே நேரத்தில் சொன்னார்கள்.

"டாக்டரிடம் நான் கொஞ்சம் பேசுகிறேன்." மாமா சொன்னார்.

தாஸ் மாமா, ஏதோ பெரிய அலுவலகத்தில் வேலை செய்பவர். அவருக்கு எல்லாம் தெரியும். அப்பாவையும் அழைத்துக்கொண்டு அவர் மருத்துவரின் அறைக்குச் சென்றார்.

"அம்மா, என் விரலை வெட்டிவிடுவார்களா? அப்புறம் நான் எப்படி எழுதுவேன்?" அழுதுகொண்டே மிகவும் பயத்துடன் தியா கேட்டாள்.

"உன்னை எதுவும் செய்ய மாட்டார்கள், மகளே. நீ பயப்படாதே." அம்மா அவளை சேர்த்து அணைத்துக்கொண்டு சொன்னார்கள்.

'விரலை வெட்டும்போது வலிக்காதா?' இதைப் பற்றி நினைத்தபோது அவள் மனதில் பெரிய அச்சமும் துயரமும் நிறைந்தன.

அறுவை சிகிச்சை செய்வதை ஒருமுறை அவள் தொலைக்காட்சியில் பார்த்திருக்கிறாள். ஊசி போட்டால், அறுவை சிகிச்சை செய்யும்போது வலிக்காதாம். ஊசி போட்டால்தான் இப்போது அவளுக்கு வலிக்கவில்லை போலிருக்கிறது. இப்போது

விரல் மரத்துப்போனதுபோன்றுதான் இருந்தது.

மாமாவுடன் அப்பாவும் மருத்துவமனையில் அங்கும் இங்கும் அலைந்துகொண்டிருப்பதை அவள் பார்த்தாள்.

"நீங்கள் வராந்தாவுக்குப் போய் நில்லுங்கள். நான் டாக்டரிடமிருந்து லெட்டர் வாங்கி வருகிறேன்." ஓடி வந்த அப்பா, அம்மாவிடம் சொன்னார்.

அம்மா அவளை அழைத்துக்கொண்டு மருத்துவமனையின் முன் பக்கத்தை நோக்கி நடந்தார்கள். காத்திருக்க வேண்டியிருக்கவில்லை. அப்போது ஆம்புலன்ஸ் முன்னால் வந்துவிட்டிருந்தது. கடிதத்தை வாங்கிக்கொண்டு அப்பாவும் மாமாவும் ஆம்புலன்ஸை நோக்கி விரைந்து வந்தார்கள். ஓட்டுநர் மாமா, கார் கதவைத் திறந்ததும் அம்மாவும் அப்பாவும் அவளும் அப்புவும் உள்ளே ஏறினார்கள். வண்டி புறப்படும்போது தாஸ் மாமா சொன்னார்:

"அங்கே போனவுடன் கூப்பிடுங்கள்..."

அப்பா ஏதோ சொல்லத் தொடங்கும் முன்பு, எஞ்சின் ஓசையுடன் ஆயத்தமாக நின்றிருந்த ஆம்புலன்ஸ், சைரன் ஒலியுடன் மற்றொரு மருத்துமனையை நோக்கி விரைந்தது.

6

சைரன் முழக்கிக்கொண்டு பாய்ந்து செல்லும் வாகனத்தில் இருக்கும்போது, வலியை மறந்து அவள் உற்சாகத்துடன் வெளியே பார்த்துக்கொண்டிருந்தாள். எல்லா வாகனங்களையும் முந்திக்கொண்டு செல்லும் ஆம்புலன்ஸ் எவ்வளவு விரைவாகச் செல்கிறது என்று அவள் நினைத்தாள். மின்னி மறையும் வெளிக் காட்சிகளைப் பார்த்துக்கொண்டிருக்கும்போது வெளிச்சம் மெல்ல மெல்ல மறைவதை அவள் கவனித்தாள்.

இருட்டு பரவத் தொடங்கியதும் சாலை விளக்குகள் ஒளிர ஆரம்பித்தன. இருட்டில் நீண்ட தூரம் சென்றும் இன்னும் வேறொரு மருத்துவமனை வரவில்லை என்று உணர்ந்து அவள் கேட்டாள்:

"அம்மா, நாம் எந்த ஆஸ்பத்திரிக்குப் போகிறோம்?"

"திருச்சூர் ஆஸ்பத்திரிக்குப் போகிறோம், மகளே."

"நீண்ட நேரமாகிவிட்டதல்லவா, ஏன் இன்னும் ஆஸ்பத்திரி வரவில்லை? இன்னும் வெகுதூரம் இருக்கிறதா?"

"இல்லை, இன்னும் சற்று நேரத்தில் சென்றுவிடுவோம்."

"அங்கே சென்றால் என் விரலை வெட்டிவிடுவார்களா?"

மிகவும் துயரத்துடனிருந்த அம்மா அவள் கேள்விக்குப் பதில் சொல்லவில்லை. அதற்கு முன்பு ஆம்புலன்ஸ் மருத்துவமனை வளாகத்துக்கு வந்து சேர்ந்திருந்தது. முன்பு பார்த்த மருத்துவமனையில் கொடுத்த காகிதங்களை அப்பா அங்கே காட்டினார். சீருடை அணிந்த ஒரு அக்கா வந்து அவளை உடனே மருத்துவர் அறைக்கு அழைத்துச் சென்றாள். அப்பாவும் அம்மாவும் பின்னால் வந்தார்கள். அறைக்குள் இருந்த மருத்துவர் அம்மாவிடமும் அப்பாவிடமும் ஏதேதோ கேள்விகள் கேட்டார்; என்னென்னமோ பேசினார்.

அங்கும் அப்பா சில காகிதங்களில் கையெழுத்துப் போட்டுக் கொடுப்பதை தியா பார்த்தாள். பிறகு அப்பாவையும் அம்மாவையும் வெளியே நிற்கவைத்தார்கள். சிணுங்கிக்கொண்டிருந்த அப்புவை அம்மா சமாதானப்படுத்தினார்கள். அவளை மட்டும், எப்போதும்

கதவு சாத்தப்பட்டிருக்கும் அறைக்குள் செவிலி (Nurse) அழைத்துச் சென்றார். அப்பா அம்மா இல்லாமல் தனியாக அந்த அறைக்குள் செல்லும்போது தியா பயந்து நடுங்கினாள்.

"நான் வீட்டுக்குப் போக வேண்டும்…" என்று அவள் பிடிவாதத்துடன் அழுதாள் என்றாலும் செவிலிகள் அவளை விடவில்லை. சற்று நேரத்துக்குப் பிறகு கதவைத் திறந்து இரண்டு மருத்துவர்கள் உள்ளே வந்தார்கள். அவர்களில் ஒருவர், வந்தவுடன் அவளைப் பார்த்த மருத்துவர். கட்டிலில் ஏறிப் படுக்கும்படி செவிலி அவளிடம் அன்புடன் சொன்னார். தியா முதலில் தயங்கினாள் என்றாலும் அவர்கள் தொடர்ந்து வற்புறுத்தியபோது கட்டிலில் ஏறிப் படுக்கத் தயாரானாள்.

உயரமான கட்டிலில் ஏற ஒரு செவிலி அவளுக்கு உதவினார். கட்டிலில் படுக்கும்போது அவள் பெரும் பதற்றமடைந்தாள். உடனே ஒரு மருத்துவர் அவளிடம் வந்தார்.

அவள் கையை மெல்லப் பற்றிக்கொண்டு அந்த மருத்துவர் கேட்டார்:

"உன் பெயர் என்னம்மா?"

"தியா." சற்று பயத்துடன் மருத்துவரின் முகத்தைப் பார்த்து அவள் சொன்னாள்.

"நல்ல பெயர்." மருத்துவர் சொன்னார்.

மருத்துவரின் இனிமையான வார்த்தைகளைக் கேட்டபோது அந்த வேதனையிலும் தன்னையறியாது அவள் முகத்தில் ஒரு புன்னகை மலர்ந்தது. அந்த புன்னகை மறையும் முன்பே மருத்துவர், அவளுக்கு ஊசி போட்டு முடித்திருந்தார்.

அவளுக்கு கடுமையாக வலித்தது. அழத் தொடங்கும் முன்பே ஆழ்ந்த மயக்கத்துக்கு ஆட்பட்டாள். அப்போது அவளுக்கு வலி தெரியவில்லை. எப்போதோ அவள் கண் திறந்து பார்த்தபோது, அவளது வலது கை விரல்கள் முழுதும் வெள்ளைத் துணியால் மூடிக் கட்டுப்போடப்பட்டிருந்தன.

மயக்கம் தெளியவில்லை என்றாலும், இப்போது வேறொரு அறையில் தான் படுத்திருக்கிறோம் என்று அவளுக்குப் புரிந்தது. அப்பாவும் அம்மாவும் கட்டிலைப் பிடித்துக்கொண்டு பக்கத்தில் இருக்கிறார்கள்.

முன்பு இருந்ததுபோன்று வலி இல்லை என்றாலும், மரத்துப்போன தன்மையும் களைப்பும் இருந்தது. பேசவோ, எழுந்து உட்காரவோ முற்றிலும் முடியவில்லை. அவள் மீண்டும் மயங்கினாள்.

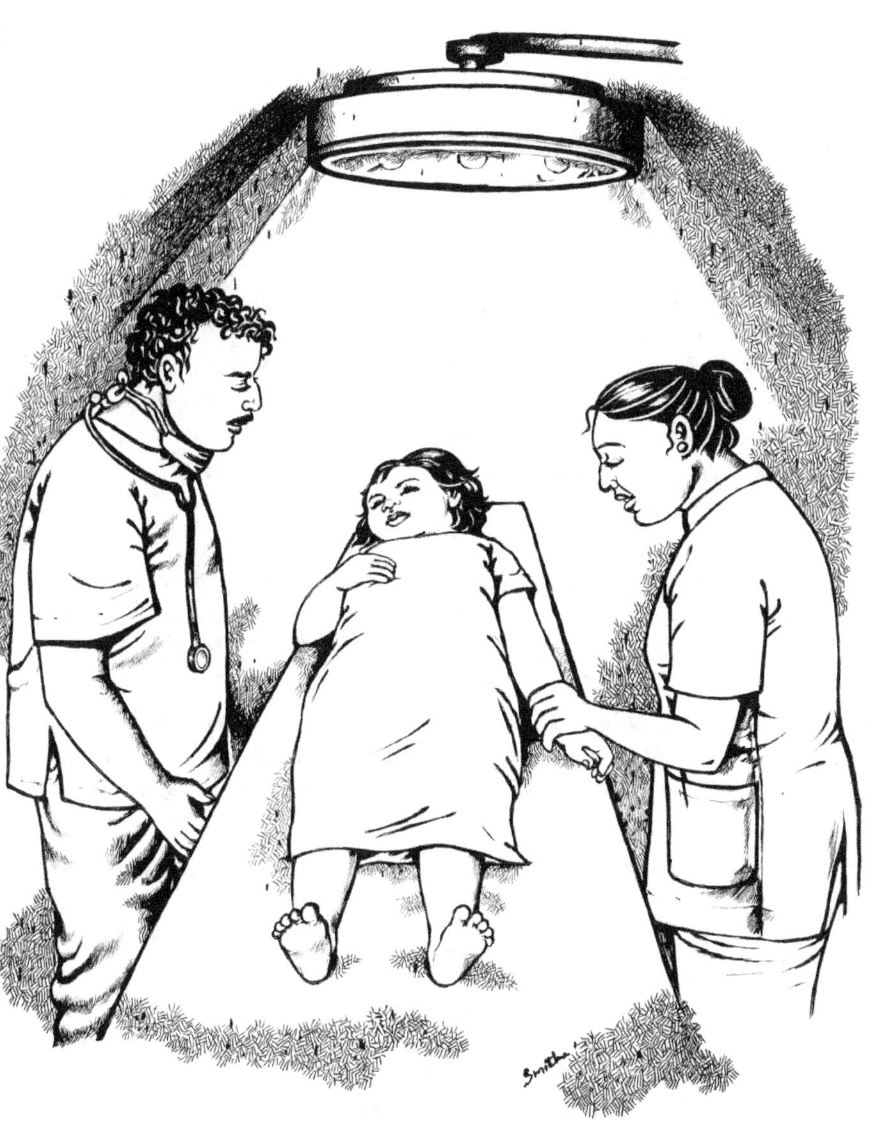

மறுநாள் கொஞ்சம்கூட வலி இல்லை. ஆயினும் நாலைந்து நாட்கள் மருத்துவமனையில் படுத்திருக்க வேண்டியிருந்தது. அந்த நாட்களில் அனுபவித்த கஷ்டங்கள் அவளுக்கு நன்றாக நினைவிருக்கின்றன. விரலில் வலி இல்லை என்றாலும் அவள் அந்த அறையைவிட்டு வெளியே செல்ல அப்பாவும் அம்மாவும் அனுமதிக்கவில்லை.

அவளை அறையிலேயே விட்டுவிட்டு அப்புவை மட்டும் அழைத்துக்கொண்டு அப்பா வெளியே செல்வார். அவனுக்கு மிட்டாய்களும் பொம்மைகளும் வாங்கிக் கொடுப்பார். மருத்துவமனையில் அவன் மகிழ்ச்சியாக இருந்தான்.

கூண்டிலடைத்த கிளியைப்போல இரண்டு நாட்கள் மருத்துவமனையில் படுத்திருந்தபோது அவளுக்கு மிகவும் சலித்துவிட்டது.

எப்படியாவது வீட்டுக்குப் போனால் போதும் என்று நினைத்தாள். அவள் மருத்துவமனையில் படுத்திருக்கும்போது அப்பாவும் அம்மாவும் அவளை எவ்வளவு அன்பாகப் பார்த்துக்கொண்டார்கள்! அம்மா எப்போதும் அவள் பக்கத்தில்தான் இருப்பார்கள். அவளுக்கு எப்போது உடம்புக்கு முடியாமல் போனாலும் அப்போதெல்லாம் அம்மா அவளைப் மிகவும் கனிவுடன் பார்த்துக்கொள்வார்கள்.

அம்மா, அன்புடன் கட்டாயப்படுத்தி கஞ்சி குடிக்கச் செய்வார்கள். அவளை விட்டு விலகாமல், தொட்டபடியும் தடவியவாறும் பக்கத்திலேயே இருப்பார்கள். கடையில் கூட்டம் இருந்தால் அப்போது அம்மாவுக்கு அது ஒரு பிரச்சினையே இல்லை. அம்மா தன் மீது அன்பு செலுத்துவது அவளுக்கு மிகவும் பிடிக்கும். அவளுக்கு ஏதாவது உடம்புக்கு முடியாமல் போனால் மட்டுமே அம்மா அவள் மீது அன்பு காட்டுவார்கள். அம்மா எப்போதும் அன்புடன் நடந்துகொண்டால் என்ன? இதுதான் அவளுக்குப் புரியவில்லை.

மருத்துவமனையிலிருந்து வந்ததற்குப் பிறகு அவள் பள்ளிக்குச் செல்லவில்லை. உள்ளங்கை முழுவதையும் பஞ்சு வைத்து மூடிக் கட்டியிருக்கிறார்கள். பல நாட்களுக்குப் பிறகுதான், கையின் கட்டு அவிழ்க்க மருத்துவமனைக்குச் சென்றார்கள். வெட்டப்பட்ட விரலைப் பார்க்காமல் இருப்பதற்காகத்தான் கை முழுவதையும் மூடிக் கட்டியிருக்கிறார்களோ என்று அவள் பயந்துகொண்டிருந்தாள். ஆனால், அவள் பயந்ததுபோல விரல் வெட்டப்பட்டிருக்கவில்லை. கட்டை அவிழ்த்தபோது, விரல் முனையில் உலரத் தொடங்கியிருந்த ஒரு பெரிய தழும்பு இருந்தது.

விரலை வெட்டாமல் காப்பாற்றுவதற்கு பிளாஸ்டிக் சர்ஜரி செய்ய வேண்டியிருந்தது என்று அம்மா சொன்னார்கள். பிளாஸ்டிக் சர்ஜரி என்றால் என்னவென்று அவளுக்குத் தெரியவில்லை. எப்படியானாலும், அவள் விரல் துண்டித்து எடுக்கப்படாமல் தப்பித்துவிட்டது. விரல் வெட்டப்பட்டிருந்தால் பிறகு எப்படி எழுதுவது? வெட்டப்பட்ட விரல் பார்ப்பதற்கும் மிகவும் அசிங்கமாக இருக்கும். அதைப்பற்றி அவளால் யோசிக்கவே முடியவில்லை.

ஆண்டுத் தேர்வு நேரம். ஆயினும் பள்ளிக்குச் செல்ல அம்மா சம்மதிக்கவில்லை. எலலாவற்றிலும் நூற்றுக்கு நூறு மதிப்பெண் கிடைத்துக்கொண்டிருந்தது. எல்லா பதில் காகிதத்திலும் டீச்சர், வெரிகுட் என்று எழுதுவார்கள். வகுப்பில் நன்றாகப் படிக்கும் பிள்ளைகளில் ஒருத்தி அவள். தேர்வு எழுத முடியாமல்போனதில் அவளுக்குத் தாங்க முடியாத வருத்தம்.

அமலாவின் தொந்தரவின் காரணத்தால் சில நாட்களில் பள்ளி செல்வதற்குத் தயக்கமாக இருக்கும் என்றாலும், பள்ளி செல்வதற்கு அவளுக்குப் பிடிக்கும். எழுத்துகளைச் சேர்த்து வாசிக்கத் தெரிந்துகொண்டபோது அவளுக்கு அளவற்ற சந்தோஷம்.

எங்கு நின்றாலும் எந்த பெயர்ப்பலகையைப் பார்க்கும்போதும் ஒவ்வொரு எழுத்தாக சேர்த்து வாசிக்க அவள் முயற்சி செய்வாள். யார் உதவியும் இல்லாமல் கதைப் புத்தங்களைத் தானே தனியாக வாசிக்க வேண்டும் என்ற பிடிவாதமும் அவளுக்கு இருந்தது. அதற்கான முயற்சியில், வகுப்பில் வாசித்ததைவிட அதிகமாக அவளுக்கு வாசிக்க முடிந்தது. வீட்டில் அப்பாவும் அம்மாவும் அவளுக்குச் சொல்லிக் கொடுப்பது கிடையாது. அதற்கு அவர்களுக்கு எங்கே நேரம் இருக்கிறது?

பல நாட்கள் எதுவும் படிக்காமல் இருந்தபோது, படிப்பதற்கான ஆர்வமே அவளுக்குப் போய்விட்டது. மருத்துவமனையிலிருந்து வந்த பிறகு பெரும்பாலான நேரம் அவள் தொலைக்காட்சியின் முன்னால்தான் இருந்தாள். தெரிந்த வார்த்தைகளில் பலவற்றை அவள் மறந்துவிடவில்லை. என்றாலும், சானல்களை மாற்றி மாற்றி வைத்து தொலைக்காட்சி நிகழ்ச்சிகள் பார்க்கும்போது, புத்தகங்கள் வாசிக்கக் கற்றுக்கொள்ளும் ஆர்வமோ, படம் வரைவதற்கான ஈடுபாடோ அவளுக்கு இல்லாதுபோனது. தொலைக்காட்சியில் திரைப்படமும் பாட்டும் நகைச்சுவையும் மாறிமாறிப் பார்க்கும்போது, புத்தகங்களைப் பற்றிய ஞாபகமே வருவதில்லை. முதல் வகுப்புக்கான புத்தகங்கள் எல்லாம் அவளுக்கு முன்பே கிடைத்துவிட்டன. பள்ளி திறப்பதற்கு முன்பு எல்லாவற்றையும்

படிக்க வேண்டும் என்று அவள் நினைத்துக்கொண்டிருந்தாள். புத்தகம் கிடைத்த அன்று, எல்லாவற்றையும் உற்சாகத்துடன் புரட்டிப் பார்த்தாள் என்றாலும், தொலைக்காட்சி நிகழ்ச்சிகளில் மூழ்கிய பிறகு அவள் புத்தகங்களைத் திறந்து பார்க்கவே இல்லை.

நாளை படிக்கலாம், நாளை படிக்கலாம் என்று நினைத்து, அவள் ஒவ்வொரு நாளும் தொலைக்காட்சிதான் பார்த்துக்கொண்டிருந்தாள்.

பரீட்சைக்குப் படிக்க முடியாமல் போனதில் அவளுக்கு மிகவும் துயரம்.

'படித்திருந்தால் வகுப்பில் முதலாவதாக வந்திருக்கலாம்' என்று அவள் நினைத்தாள். விரலில் ஏற்பட்ட காயம்தான் எல்லாவற்றையும் தாறுமாறாக்கியது. இல்லாவிட்டால் தொலைக்காட்சி முன்பாக அவள் இவ்வளவு நேரமெல்லாம் ஒருபோதும் உட்கார்ந்திருக்க மாட்டாள்.

இனி தினமும் நிறைய வீட்டுப்பாடங்கள் இருக்கும். எழுதி எழுதி கை வலிக்கும். பிறகு எப்போது படிப்பது? புதிய புத்தகங்கள் கிடைத்தபோது அவற்றையெல்லாம் படித்துப் பார்க்கும்படி அம்மா மீண்டும் மீண்டும் சொன்னார்கள். ஆனால், அம்மா சொன்னதை பொருட்படுத்தவில்லை. படிக்காமல் இருப்பதற்கு அவளுக்கு ஒரு காரணம் இருந்தது.

கடந்த வருடம் படித்ததைவிட முதல் வகுப்பில் பெரிய பெரிய வார்த்தைகள் படிக்க வேண்டியிருந்தது. சில வார்த்தைகளை எழுத்துக்கூட்டி வாசிக்க முடிந்தது என்றாலும் பல வார்த்தைகளை வாசிக்க முடியவில்லை. அவற்றைப் படிக்க முடியவில்லை என்றால் பிறகு அவள் என்ன செய்வாள்?

படிக்கலாம், படிக்கலாம் என்று நினைத்து நாட்கள் பறந்தோடிவிட்டன.

'இனி என்ன வந்தாலும் அப்படிச் செய்ய மாட்டேன். வகுப்பில் சொல்லிக் கொடுக்கும் பாடங்களை எல்லாம் அன்றன்றே படித்துவிடுவேன். கொஞ்சம் நேரம்தான் தொலைக்காட்சி நிகழ்ச்சிகள் பார்ப்பேன்.' என்று அவள் தனக்குள் சொல்லிக்கொண்டாள். வகுப்பில் நன்றாகப் படிக்கும் பெண்ணாக ஆக வேண்டும் என்று அவள் முடிவு செய்தாள். அவள் எதிர்பார்த்ததுபோலவே அப்போது அம்மாவின் குரல் வந்தது:

"தியா, இன்னும் எழவில்லையா, நேரமாகிறது."

அம்மா மீண்டும் இப்படி அழைப்பதற்கு அவள் வாய்ப்பளிக்கவில்லை.

7

தியா கட்டிலிலிருந்து மெல்ல எழுந்து சன்னலைத் திறந்தாள். வெளியே பாய்ந்துகொண்டிருந்த காற்று, தூக்கக் கலக்கமான அவள் முகத்தில் முத்தமிட்டு அறைக்குள் புகுந்தது. அந்தக் குளிர்காற்றைப் பொருட்படுத்தாமல் அவள் சன்னல் வழியே வெளியே பார்த்தாள். வாசலிலும் செடிகளிலும் நீர்ச்சரங்கள் அறுந்து அறுந்து விழுந்துகொண்டிருந்தன. நேற்றுவரை வாடியிருந்த செடிகளெல்லாம் மழையில் குளித்து உற்சாகமாக நின்றிருந்தன.

சூரிய வெளிச்சம் இன்னும் பரவவில்லை. மழையின் காரணத்தால் சூரியன் இன்னும் விழிக்கவில்லையா? குளிராக இருப்பதால் சூரியனும் போர்த்திக்கொண்டு படுத்திருக்கிறானோ?

ஒரு நாள் சூரியன் விழிக்காமல் இருந்தால் என்ன ஆகும்? பகலே இருக்காது. எப்போதும் இரவாக இருந்தால் பிறகு எப்படி பள்ளி செல்வது? அப்படியென்றால், பிறகு விருப்பப்படி தொலைக்காட்சி பார்க்கலாம், தூங்கலாம்; மிகவும் சுவாரஸ்யமாக இருக்கும்! அப்படி நினைத்துப் பார்த்தபோது தன்னையுமறியாமல் அவளுக்குச் சிரிப்பு வந்தது.

அடுத்த நொடியே அவள் மனதில் வேறொரு எண்ணம் தோன்றியது:

'படிக்காமல் இருந்தால் எப்படி வேலை கிடைக்கும்? வேலை கிடைக்காமல் இருந்தால் பிறகு எப்படி அப்பாவுக்கும் அம்மாவுக்கும் கடன் அடைக்கப் பணம் கொடுக்க முடியும்?'

'சூரியன் உதிக்கட்டும். எனக்குச் சோம்பலான சில நாட்கள் மட்டும் உதிக்காமல் இருந்தால் போதும். அதுதான் நல்லது.' அவள் நினைத்தாள்.

கனத்த மழை பெய்கிறது. வாசல் முழுதும் தண்ணீர் தேங்கியிருக்கிறது. ஆகாயத்திலிருந்து எப்படி இவ்வளவு தண்ணீர் வருகிறது? மேலிருந்து ஏதோ மலையருவி வீழ்வதுபோலிருந்தது. கடந்த நாட்களெல்லாம் எவ்வளவு வெப்பமாக இருந்தன!

மழை பெய்யத் தொடங்கியதும் எவ்வளவு விரைவாக வெப்பம் தணிந்து குளிர் வந்துவிட்டது!

எந்த விஷயமாக இருந்தாலும் அவள் மிகவும் யோசிப்பாள். மற்றவர்கள் சிந்திக்காத விஷயங்கள்தான் அவளது சின்னத் தலையில் எப்போதும் உதிக்கும். அவள் வாயிலிருந்து வருவது அவள் வயதுக்கு ஏற்ற கேள்வியாக இருக்காது. அவள் எப்போதும் கனவு உலகத்தில் உலவிக்கொண்டிருந்தாள்.

கதைகள் கேட்பதற்கு அவளுக்குப் பிடிக்கும் என்றாலும், அவளுக்குக் கதை சொல்வதற்கு அம்மா மட்டும்தான் இருந்தார்கள்.

கதை சொல்வதற்கு அம்மாவுக்கு ஒருபோதும் நேரம் கிடைப்பதில்லை. போதாக்குறைக்கு, அம்மாவுக்கு சில கதைகள்தான் தெரியும்.

அம்மா குழந்தையாக இருக்கும்போது கேட்ட நரி, குரங்கு, ஆமைக் கதைகள்தான் எல்லாமும்.

அம்மா சொல்லும் கதைகளைக் கேட்பதற்கு சுவையாக இருக்கும். ஆனால், கேட்ட கதைகளையே எத்தனை முறை கேட்பது? சொன்ன கதைகளையே அம்மா மீண்டும் மீண்டும் சொல்லும்போது அவளுக்கு மிகவும் சலிப்பாக இருக்கும்.

பழைய கதையாக இருந்தால், அம்மா சொல்ல ஆரம்பிக்கும்போதே தியா சொல்லிவிடுவாள்:

"இந்தக் கதை வேண்டாம், அம்மா. புதிய கதை சொல்லுங்கள்."

அம்மாவுக்கு தொலைக்காட்சி பார்ப்பதற்குப் பிடிக்கும். எவ்வளவு வேலையாக இருந்தாலும் அதற்கு நேரம் கிடைக்கும். அந்த நேரத்தில் அம்மாவிடம் கதை சொல்லும்படிக் கேட்டால், பிறகு சொல்கிறேன் என்று தவிர்த்துவிடுவார்கள்.

சில நேரத்தில் அம்மா ஆர்வத்துடன் அமர்ந்து தொலைக்காட்சி பார்த்துக்கொண்டிருப்பதைப் பார்த்தால், இந்த உலகத்திலேயே அம்மாவுக்கு மிகவும் பிடித்தது தொலைக்காட்சிதான் என்று தோன்றும்.

அம்மாவுக்கு தியாவைவிட தொலைக்காட்சியைத்தான் மிகவும் பிடிக்குமோ? தானும் ஒரு தொலைக்காட்சிப் பெட்டியாக இருந்தால் நன்றாக இருக்குமே என்று நினைத்தாள் தியா. அப்படியானால் அம்மா எப்போதும் அவளுடன் இருப்பார்கள் அல்லவா!

தொலைக்காட்சி நிகழ்ச்சிகள் மீதான அம்மாவின் ஈடுபாட்டைப் பார்க்கும்போது அவளுக்கு இப்படியெல்லாம் தோன்றும்.

அவளுக்குத் தொலைக்காட்சித் தொடர்கதைகள் பிடிக்காது. அவற்றிலெல்லாம் அத்தைகளும் அக்காக்களும் எப்போதும் கோபப்பட்டுக்கொண்டும் சண்டைபோட்டவாறும் அழுதபடியும் இருப்பார்கள். தொலைக்காட்சித் தொடர்கதைகளில் வரும் பல

அத்தைகளின் முகத்தைப் பார்த்தாலே தியாவுக்குப் பயமாக இருக்கும். இந்த அத்தைகள் எதற்கு எப்போதும் இப்படி சும்மா கோபப்பட்டுக்கொண்டிருக்கிறார்கள்? எல்லா வீடுகளிலும் உள்ள அத்தைகளும் பெரிய அக்காக்களும் தொலைக்காட்சித் தொடர்கதைகளில் வருவது போல சண்டை போட்டுக்கொண்டிருப்பார்களா? சில நாட்கள் தொடர்கதை பார்க்கும்போது அம்மா கண்களைத் துடைத்துக்கொள்வார்கள்.

அழுகை வரும் தொடர்கதையை எதற்கு அம்மா பார்க்கிறார்கள்? எல்லா தொடர்கதைகளும் அழுகை வரவைப்பதுதான். தொடர்கதை நடந்துகொண்டிருக்கும்போது, வேறு எதுவும் மாற்றி வைப்பதற்கு அம்மா அவளை ஒருபோதும் அனுமதிக்க மாட்டார்கள். அவள் என்னதான் பிடிவாதம் பிடித்தாலும் அது நடக்காது. இது அவளுக்கு நன்றாகத் தெரியும்.

அவளுக்குக் கார்ட்டூன் படங்கள்தான் மிகவும் பிடிக்கும்.

தம்பி அப்பு அடம்பிடிக்கும்போதெல்லாம் அம்மா அவனுக்கு தொலைக்காட்சி காட்டுவார்கள். அவன் இன்னும் எல்.கே.ஜி.யில் சேரவில்லை. மகா குறும்புக்காரன். ஒரு இடத்தில் அமைதியாக இருக்க மாட்டான்.

அவனைப் பார்த்துக்கொள்வதிலேயே அம்மாவுக்கு நேரமெல்லாம் போய்விடும். அவன் எவ்வளவுதான் குறும்பு செய்தாலும் அம்மா அவனை அடிக்க மாட்டார்கள். சில சமயம் அப்பா அவனை நன்றாக அடித்துவிடுவார். எவ்வளவு அடி வாங்கினாலும் அதையெல்லாம் அவன் அப்போதே மறந்துவிடுவான். பிறகு மறுபடியும் குறும்புகள்தான்.

அவன் பிறந்ததற்குப் பிறகு அம்மாவுக்கும் அப்பாவுக்கும் அவள் மீதான பாசம் சற்றுக் குறைந்துவிட்டது என்று ஒரு எண்ணம் அவள் மனதில் இருக்கிறது. அவர்கள் அவள் விஷயத்தில் முன்புபோல அவ்வளவு கவனமாக இல்லை. இப்படி நினைக்கும்போது அவள் மனதில் மெல்லிய துயரம் படரும். அப்பா அப்புவை அடிப்பார் என்றாலும், ஏதாவது வாங்கி வந்தால் முதலில் அவனுக்குத்தான் கொடுப்பார். அடிக்கடி இதைச் சொல்லி அவள் வருத்தப்படுவாள். ஆயினும் அவள் அப்புவின் மீது அன்புகொண்டிருக்கிறாள். அவளுடன் தொலைக்காட்சி பார்ப்பதற்கு அவனும் உட்காருவான். இப்போதே அவனுக்கு தொலைக்காட்சி மிகவும் பிடிக்கிறது. தொலைக்காட்சி வைத்துக் கொடுத்தால் கண் எடுக்காமல் அதையே பார்த்துக்கொண்டிருப்பான். அதை நிறுத்தினால் பயங்கரமாக அழ ஆரம்பித்துவிடுவான். அவன் தொலைக்காட்சி பார்ப்பது அவளுக்கும் விருப்பம்தான். ஆனால், அதிக நேரம் பார்ப்பதற்கு அம்மா சம்மதிக்க

மாட்டார்கள். கண் கெட்டுவிடுமாம். அம்மா எவ்வளவு நேரம் தொலைக்காட்சி பார்த்தாலும் அவர்களுக்கு எந்தப் பிரச்சினையும் இல்லை. அவளுக்கு அதுதான் புரியவில்லை.

நீண்ட நேரம் தொலைக்காட்சி பார்த்தால் அம்மாவின் கண்கள் கெட்டுப்போகாதா? குழந்தைகளின் கண்கள் மட்டும்தான் கெட்டுப்போகுமா? இதைக் கேட்டால் அம்மாவுக்குக் கோபம் வரும்.

மழை மீண்டும் அதிகரிக்கிறது.

சமையலறையில் இருந்த அம்மா வந்து அவளை மீண்டும் அழைத்தார்கள்:

"தியா, தூங்கிவிழுந்துகொண்டிருக்காமல் சீக்கிரம் தயாராகு. நீ அங்கே என்ன செய்துகொண்டிருக்கிறாய்? நான் எவ்வளவு நேரமாக கூப்பிட்டுக்கொண்டிருக்கிறேன், பள்ளிக்குச் செல்ல வேண்டாமா?"

"இந்த மழையில் எப்படிப் போவது? ஸ்கூட்டரில் போகும்போது மழையில் நனைந்துவிட மாட்டோமா?" அவள் சற்று உரக்கக் கேட்டாள்.

"சீக்கிரம் குளித்துவிட்டுச் சாப்பிடு. மழை விடும்போது நாம் போக வேண்டும்."

"அம்மா, என் புதிய டிரஸ் நனைந்துவிடுமா?"

"மழை விட்ட பிறகுதானே நாம் போகப்போகிறோம், டிரஸ்ஸெல்லாம் நனையாது."

அம்மா சொன்னதை முழுவதுமாக அவளால் நம்ப முடியவில்லை. ஆயினும் அவள் பிறகு எதுவும் கேட்கவில்லை.

"குழந்தைகளைச் சிரமப்படுத்துவதற்காகவே பள்ளி திறக்கிற நேரம் பார்த்து வருகிறது பார், இந்த மழை!" மழையைத் திட்டுவதுபோல அம்மா சொன்னார்கள்.

மழை வரவில்லை என்று வருத்தப்படும் அம்மாதான் மழை பெய்ய ஆரம்பிக்கும்போது குற்றம் சொல்கிறார்கள். நல்ல தமாஷ்தான்!

அம்மா எதற்கு மழையைத் திட்டுகிறார்கள்?

மழை பெய்தால் என்ன? ரெயின்கோட் இருக்கிறது அல்லவா!

மழையில் புதிய குடை பிடித்துக்கொண்டு தண்ணீரை உதைத்துத் தெறித்தபடி செல்வது எவ்வளவு அருமையாக இருக்கும்! புதிய குடை வாங்கிய பிறகு இப்போதுதான் முதல் முறையாக மழை பெய்கிறது. குடையை நனைக்க, மழைக்காக அவள் காத்திருந்தாள். அம்மா மழையைத் திட்டியது அவளுக்கு சற்றும் பிடிக்கவில்லை.

காலையில் எழுந்ததும் பல் துலக்காமல் பேசக் கூடாது என்றுதான் அம்மா அவளுக்குச் சொல்லிக் கொடுத்திருக்கிறார்கள். அம்மா சொன்னதன்படியே அவள் பல் துலக்காமல் யாருடனும் பேசுவதில்லை.

தினமும் செய்ய வேண்டிய நல்ல பழக்கங்களையெல்லாம் அவள் எல்.கே.ஜி.யில் படித்திருக்கிறாள். அவற்றில் நிறைய விஷயங்களை அவள் மறக்காமல் செய்வாள். அம்மா மீண்டும் கோபப்படுவதற்கு முன்பு அவள் உற்சாகத்துடன் குளியலறைக்குச் சென்றாள்.

8

அம்மா அவளுக்கு புதிய சீருடை அணிவித்தார்கள். இருபுறமும் தலையைப் பின்னலிட்டு, நீல ரிப்பன் கட்டி ரோஜாவும் வைத்தார்கள். கண்ணுக்கு மையிட்டு அவளை அழகான சிறுமியாக்கிவிட்டார்கள்.

மிகவும் உற்சாகத்துடன் அவள் கண்ணாடியில் பார்த்தாள். அம்மா சொன்னதுபோல அழகுப் பெண்தான். கருவிழிகளும் ஆப்பிள்போன்று சிவந்த கன்னங்களும் பார்ப்பதற்கு எவ்வளவு அழகாக இருக்கின்றன. தொலைக்காட்சியில் வரும் சிறுமிகள் இப்படித்தான் இருப்பார்கள். அவளுக்கு அவள் மீதே மதிப்பு ஏற்பட்டது. தன் அழகை நீண்ட நேரம் பார்த்துக்கொண்டிருப்பதற்கு அவளுக்கு நேரமில்லை.

"தியா, வேகமாக ஷூ போட்டுக்கொள். போதும், கண்ணாடி பார்த்தது. நேரமாகிறது." அம்மா உடை மாற்றிக்கொண்டே சொன்னார்கள்.

தாமதித்தால் அம்மா திட்டுவார்கள் என்று பயந்து அவள் விரைவில் சாக்ஸ் அணிந்து ஷூ போட்டுக்கொண்டாள். போன வருடத்து ஷூதான். அவ்வளவு பழையதாகத் தோன்றவில்லை என்றாலும் கொஞ்சம் இறுக்கமாக இருக்கிறது.

புதிய ஷூக்கள் வேண்டும் என்று கேட்டு அவள் பிடிவாதம் பிடித்தாள். பணம் இல்லை என்று சொல்லி அம்மா வாங்கவில்லை. மழைக்காலம் சென்ற பிறகு புதிய ஷூக்கள் வாங்கிக் கொடுப்பதாக அம்மா வாக்களித்ததால், தியா இப்போதைக்கு அமைதியாக இருந்தாள்.

பள்ளி செல்ல அவள் ஆயத்தமானபோது, மழை எங்கோ சென்று மறைந்திருந்தது. ஆயினும் இன்னும் சூரியன் தோன்றவில்லை.

அப்புவை அப்பாவிடம் விட்டுவிட்டு அம்மாவும் தியாவும் ஸ்கூட்டரில் பள்ளிக்குப் புறப்பட்டார்கள்.

அப்பு, நானும் வருவேன் என்று அடம் பிடித்தான் என்றாலும் அப்பா விடவில்லை. எந்த விஷயமாக இருந்தாலும் அப்பு சும்மா பிடிவாதம் செய்வான். எவ்வளவு சொன்னாலும் மீண்டும்

அழுதுகொண்டிருப்பான். எவ்வளவு அடி வாங்கினாலும் அதையெல்லாம் பொருட்படுத்த மாட்டான். தியாவும் பிடிவாதக்காரிதான் என்றாலும் அப்புவைப்போன்று ஒருபோதும் நடந்துகொள்ள மாட்டாள். அப்புவை ஏற்றாமல் அம்மா வண்டியை ஸ்டார்ட் செய்தார்கள். அவள் பள்ளிப் பையை தோளில் மாட்டிக்கொண்டு ஸ்கூட்டரில் ஏறி அமர்ந்தாள். ஸ்கூட்டர் செல்லத் தொடங்கியதும் அப்பு, அப்பாவின் கைகளில் துள்ளித் திமிறி அலறினான். அம்மா வண்டியை நிறுத்தாமல் முன்னே சென்றார்கள். தார்ச்சாலையில் மிகவும் விரைவாக வாகனத்தைச் செலுத்தினார்கள். வேகமாகச் செல்லும் வாகனத்தில் பயணிப்பது தியாவுக்குப் பிடிக்கும். வேகம் குறைந்தால் அவள் சொல்வாள்:

"வேகமாகப் போங்கள், அம்மா. எல்லா வண்டிகளையும் முந்திக்கொண்டு செல்லுங்கள்!"

அவளைப் பள்ளியில் விட்டுவிட்டு வந்துதான் அம்மா கடையில் உட்கார வேண்டும். அப்பாவும் அம்மாவும் கடையில் இருக்கும்போது, அப்புவும் தியாவும் அறைக்குள் விளையாடிக்கொண்டிருப்பார்கள். தொலைக்காட்சி பார்ப்பார்கள். வாசலுக்குச் செல்லவோ, பக்கத்து வீடுகளுக்குச் செல்லவோகூட அம்மா அனுமதிக்க மாட்டார்கள். வீட்டின் முன்னால் சாலை. எல்லா நேரத்திலும் அங்கே வாகனப் போக்குவரத்து இருக்கும். அறைக்குள் இருந்து விளையாடுவதைத் தவிர வேறு என்ன செய்வது? அவ்வப்போது அம்மா வந்து அவளுக்குத் தேவையான உணவும் சாக்கலேட்டுகளும் பிஸ்கட்டுகளும் கொடுப்பார்கள். அவளுடனும் அப்புவுடனும் அம்மா அதிக நேரம் இருக்க மாட்டார்கள். சீக்கிரமே கடைக்குச் சென்றுவிடுவார்கள்.

கடையில் எப்போதும் கூட்டம் இருக்கும். சில நேரங்களில் அம்மாவுக்கு பேசுவதற்குக்கூட நேரம் இருக்காது.

பெரிய கடை ஒன்றுமல்ல என்றாலும் அங்கே நிறைய விற்பனைப் பொருட்கள் இருந்தன!

கம்மல், விதவிதமான மணி மாலைகள், வளையல்கள், பொட்டுகள்... அப்படி நிறையப் பொருட்கள் இருந்தன. வியாபாரத்தில் நிறையப் பணம் கிடைக்கும். ஆயினும் அவள் ஏதாவது வாங்க வேண்டும் என்று சொன்னால், அம்மா பணம் இல்லை என்று சொல்வார்கள். கடையில் வந்து பொருட்கள் வாங்குபவர்கள் எல்லாம் நிறையப் பணம் கொடுப்பதை தியா பார்த்திருக்கிறாள். பணம் இருந்தாலும் ஏன் அம்மா வீணே பொய் சொல்கிறார்கள்? அவள் தனக்கு எதுவும் வாங்க வேண்டும் என்று சொன்னால் அப்போது அம்மா, வீடுகட்டிய வகையில் நிறையக் கடன் இருக்கிறது என்று சொல்வார்கள்.

வீடு கட்டிக் கொடுத்த ஒப்பந்தக்காரர் இரண்டு நாட்களுக்கு முன்பு பணம் கேட்டு அப்பாவிடம் வந்தார்.

அடுத்த வாரம் கொடுப்பதாக அப்பா சொன்னபோது அவர் அப்பாவை மிகவும் கடிந்துகொண்டார். அப்போது ஒப்பந்தக்காரர் மீது தியாவுக்கு கோபம் ஏற்பட்டது. அப்பாவிடம் பணம் இல்லாத காரணத்தால்தானே அவர் இப்படிப் பேசுகிறார்.

பாவம் அப்பா! ஒப்பந்தக்காரர் பேசுவதையெல்லாம் கேட்டுக்கொண்டிருந்தாரே தவிர எதுவும் பதில் சொல்லவில்லை.

கடையிலிருந்து கிடைக்கும் வருமானத்தையெல்லாம் கொண்டு அப்பா வங்கிக்கடனை அடைத்துவருகிறார். பிறகு எப்படி அப்பாவின் கையில் பணம் இருக்கும்? கடனை அடைக்கவில்லை என்றால் வீட்டிலிருந்து எல்லோரையும் வெளியேற்றிவிட்டு அப்பா அம்மாவை போலீஸார் பிடித்துக்கொண்டு போவார்களாம். இப்படிச் சொல்லி எப்போதும் அம்மா அவளைப் பயமுறுத்துவது உண்டு.

போலீஸ் என்றால் அவளுக்குப் பயம். அப்புவுக்கு அவளைவிட பயம்.

அம்மா சொல்வது சரியாக இருக்கும். பணம் இல்லாத காரணத்தால்தான் அப்பாவும் அம்மாவும் எதுவும் வாங்கித் தருவதில்லை போலிருக்கிறது. அதுவும் இதுவும் வேண்டும் என்று சொல்லி இனி அம்மா அப்பாவை கஷ்டப்படுத்தக்கூடாது என்று தியா நினைப்பாள். ஆயினும், தனக்குப் பிடித்த பொருளைப் பார்க்கும்போது அப்படி நினைத்ததை மறந்துவிடுவாள்.

இந்த விஷயத்தில் அப்புவும் அப்படித்தான். அவனுக்கு ஒரு பழக்கம் இருக்கிறது. தேவைப்பட்ட எதையும் வாங்கிக் கொடுக்கவில்லை என்றால் அப்போதே அவன் தரையில் படுத்து கைகால்களைப் போட்டு அடித்துக்கொண்டு உரக்க அழ ஆரம்பித்துவிடுவான். என்னதான் சமாதானப்படுத்தினாலும், தேவைப்பட்ட பொருள் வராமல் அடங்க மாட்டான். மூச்சுவிடாமல் தொடர்ந்து கத்திக்கொண்டிருப்பதைப் பார்த்தால் நமக்குப் பயமாக இருக்கும். தியா ஒருபோதும் அப்படிச் செய்ய மாட்டாள். பிடிவாதமாகச் சிணுங்கிப் பார்ப்பாள் என்றாலும், அம்மா கவலையுடன் ஏதேனும் சொன்னால் பிறகு அவள் வற்புறுத்த மாட்டாள்.

தியா அப்புவிடம் அடிக்கடி கோபம்கொள்வாள் என்றாலும் அவனுடன் சண்டை போடுவாள் என்றாலும் அவன் வருத்தமாக இருப்பதை அவளால் பொறுத்துக்கொள்ள முடியாது.

அப்பு பாவம்! அவள் பள்ளிக்குச் சென்றால் அப்புவுடன் விளையாடுவதற்கு யாரும் இருக்க மாட்டார்கள். தனியாக அவன் என்ன விளையாட்டு விளையாடுவான்? அதை நினைத்துப் பார்த்தபோது அவளுக்கு வருத்தமாக இருந்தது.

அப்புவை அடுத்த வருடம் எல்.கே.ஜி.யில் சேர்ப்பார்கள். அப்போது இருவருமாகச் சேர்ந்து பள்ளிக்குப் போகலாம். அப்படிச் செல்வது மிகவும் சுவாரஸ்யமாக இருக்கும்!

பள்ளிக்கு முன்னால் வந்தவுடன் அம்மா ஸ்கூட்டரை நிறுத்தினார்கள். வர்ணக் காகிதங்களும் தோரணங்களும் கட்டி பள்ளி அலங்கரிக்கப்பட்டிருந்தது. வளாகக் கதவுக்கு முன்னால் பெரியவர்களும் சிறுவர்களும் கூட்டமாக நின்றிருந்தார்கள்.

குழந்தைகள் காரிலும் ஸ்கூட்டரிலும் ஆட்டோரிக்ஷாவிலும், தாய் தந்தையருடனோ அல்லது உறவுக்காரர்களுடனோ வந்துகொண்டிருந்தார்கள். தியா, எல்.கே.ஜி.யிலும் யு.கே.ஜி.யிலும் இந்தப் பள்ளியில்தான் படித்தாள் என்றாலும், தனியாக வகுப்புக்குச் செல்ல பயமாக இருந்தது. முதல் நாள் அல்லவா. யு.கே.ஜி.யில் இருந்த நண்பர்கள் யாரையும் காணவில்லை.

"ஹாய், தியா!" பின்னால் யாரோ அழைத்தபோது தியா திரும்பிப் பார்த்தாள்.

ஆதிரா சிரித்துக்கொண்டு நிற்கிறாள். ஆதிராவைப் பார்த்து அவளும் சிரித்தாள்.

தியா மகிழ்ச்சியடைந்தாள். ஒரு தோழி கிடைத்துவிட்டாளே! பள்ளியின் வாசலிலும் வராந்தாக்களிலுமெல்லாம் ஒரே களேபரமாக இருந்தது. எல்.கே.ஜி.யில் சேர வந்த பெரும்பாலான குழந்தைகளெல்லாம் தங்கள் அம்மாவின் புடவைத் தலைப்பைப் பிடித்தபடி, உடன் வர வேண்டும் என்று சொல்லி கத்தி அழுதுகொண்டிருந்தார்கள். குழந்தைகள் அழுவதைப் பார்த்தபோது தியாவுக்கு வருத்தமாக இருந்தது. எல்.கே.ஜி.யின் ஆரம்பத்தில் இதுபோன்று அவளும் நிறைய அழுதிருக்கிறாள் அல்லவா. அந்த நாட்களில் பள்ளிக்குச் செல்ல அம்மாவை மிகவும் கஷ்டப்படுத்தியிருக்கிறாள். அதற்காக அம்மா அவளை எவ்வளவு திட்டியிருக்கிறார்கள்! இதையெல்லாம் அவள் மறந்துவிடவில்லை.

அவளுடன் யு.கே.ஜி.யில் படித்த குழந்தைகள் ஒவ்வொருவராக வந்துகொண்டிருந்தார்கள். அமலாவை இன்னும் காணவில்லையே என்று தியா அப்போதுதான் நினைத்தாள், அந்த நேரத்தில் அங்கே வந்தாள் அமலா. உடன் அவள் அக்காவும் இருந்தாள். தியா அவளைப் பார்க்காததுபோன்று முகத்தைத் திருப்பிக்கொண்டு நின்றாள்.

ஆனால், அமலாவா விடுவாள்:

"நீதான் பரீட்சை எழுதவில்லையே. நீ ஃபெயிலாகியிருப்பாய். இந்த வருடமும் நீ யு.கே.ஜியில்தான் இருக்க வேண்டியிருக்கும்."

ஏதேதோ யோசித்துக்கொண்டிருக்கும் தியாவிடம், அமலா சந்தோஷமாகச் சொன்னாள். அமலா அப்படிச் சொன்னபோது தியாவின் முகம் மங்கியது. கடுங்கோபம் வந்தது. அமலாவின் முகத்தில் ஓங்கி அறைய வேண்டும் என்று அப்போது அவளுக்குத் தோன்றியது. ஆனால், அமலாவின் முகத்தை வெறுப்புடன் உற்றுப் பார்த்தாளே தவிர வேறு எதுவும் பேசவில்லை.

அமலா சொன்னது உண்மையாக இருக்குமோ?

முதல் வகுப்புக்கான புதிய புத்தகங்கள் அல்லவா அம்மா வாங்கியிருக்கிறார்கள்? பிறகு எப்படி யு.கே.ஜி.யிலேயே இருக்க முடியும்? ஆயினும் அமலா உறுதியாகச் சொல்வதைப் பார்த்து அவளுக்குச் சந்தேகம் ஏற்பட்டது.

சற்றுத் தள்ளி, ஆதிராவின் அம்மாவுடன் பேசிக்கொண்டிருந்த தன் அம்மாவிடம் ஓடிச் சென்று அவள் துயரத்துடன் கேட்டாள்:

"அம்மா, நான் யு.கே.ஜி.யில் ஃபெயிலாகிவிட்டேனா?"

"அப்படி யார் சொன்னது, நீதான் முதல் வகுப்புக்கு வந்துவிட்டாயே!"

"அமலா சொல்கிறாள், நான்..." அழுகையின் காரணத்தால் அவளால் பேசமுடியவில்லை.

ஆசிரியைகள் வகுப்பறைகளுக்கு வந்துகொண்டிருந்தார்கள்.

ஆதிராவின் அம்மா பையைத் திறந்தார்கள். பள்ளியிலிருந்து வந்த அட்டையைப் பார்த்துவிட்டு தியாவின் அம்மாவிடம் சொன்னார்கள்:

"ஓ, நீங்கள் செக்ஷன் மாறிவிட்டீர்கள், ஆதிரா பி செக்ஷன்."

"அம்மா, நானும் ஆதிராவுடன் பி செக்ஷனுக்குப் போகிறேன், அம்மா." என்று கெஞ்சினாள் தியா.

"அதற்கு டீச்சர் அனுமதிக்க மாட்டார்கள், மகளே."

"நீங்கள் சொன்னால் சம்மதிப்பார்கள்." அவள் சிணுங்கினாள்.

அம்மா அவளை அழைத்துக்கொண்டு ஏ பிரிவுக்கு நடந்தார்கள்.

"அம்மா, டீச்சரிடம் கேட்டுப் பாருங்கள், அம்மா." அம்மாவின் முந்தானையைப் பிடித்தபடி அவள் சொல்லிக்கொண்டிருந்தாள். அம்மாவுக்கு டீச்சரை முன்பே தெரியும்.

"டீச்சர், இவள் பி செக்ஷனுக்குப் போகிறேன் என்று சொல்கிறாள். இவள் தோழி அந்த செக்ஷனில் இருக்கிறாள்."

"இந்த செக்ஷனிலும் இவள் தோழிகள் இருக்கிறார்களே. எல்லாம் சில நாட்களில் சரியாகிவிடும். அப்புறம், வருடந்தோறும் செக்ஷன் மாறும். யாரையும் எப்போதும் ஒரே செக்ஷனிலேயே போட மாட்டோம். எல்லோருடனும் பழகுவதுதான் குழந்தைகளுக்கு நல்லது" என்று சொன்னார்கள் டீச்சர்.

டீச்சரிடம் சொல்வதால் எதுவும் நடக்காது என்று புரிந்ததால், அம்மா பிறகு எதுவும் பேசவில்லை.வகுப்பு தொடங்குவதற்கான மணி அடித்தது. மேற்கொண்டு பேச ஆர்வமில்லாமல் வகுப்பறைக்குள் செல்ல முற்பட்ட டீச்சரிடம் அம்மா சொன்னார்கள்:

"டீச்சர், இவளைக் கொஞ்சம் பார்த்துக்கொள்ளுங்கள்."

"நிச்சயம் பார்த்துக்கொள்கிறேன். நீங்கள் தைரியமாகப் போங்கள். வகுப்புக்கு வந்து எல்லாக் குழந்தைகளுடனும் பழகினால் எல்லாம் சரியாகிவிடும். எல்லாக் குழந்தைகளும் இப்படித்தானே!"

டீச்சரின் வார்த்தைகளைக் கேட்ட போது தியாவுக்கு வருத்தமும் கோபமும் ஏற்பட்டது. ஆனால், அழுவதால் எதுவும் நடக்காது என்று அவளுக்குப் புரிந்தது.

"வகுப்பில் போய் உட்கார், பாப்பா." வகுப்புக்குச் சென்றுகொண்டே டீச்சர் தியாவிடம் சொன்னார்கள். அவளது உற்சாகம் மங்கிவிட்டது. வகுப்புக்குள் செல்லவே தோன்றவில்லை. ஆயினும் அவள் மனக் கஷ்டத்துடன் வகுப்பறைக்குள் சென்றாள். எல்லா இருக்கைகளிலும் குழந்தைகள் உட்கார்ந்திருந்தார்கள்.

எங்கே உட்கார்வதென்று தெரியாமல் அவள் குழம்பினாள். அமலாவுக்குப் பக்கத்து இருக்கை காலியாகக் கிடந்தது. அவள் பக்கத்தில் போய் உட்கார்வதற்கு அவள் தயங்கினாள்.

அமலாவுக்குப் பக்கத்தில் காலியாக இருந்த இருக்கையை சுட்டிக்காட்டி டீச்சர் சொன்னார்கள்:

"அந்த சீட்டில் போய் உட்கார்." விருப்பமே இல்லாமல் அவள் சென்று அமலாவின் பக்கத்தில் உட்கார்ந்தாள்.

அவளுக்கு ஒரு நொடிகூட அந்த வகுப்பில் இருக்கத் தோன்றவில்லை.

அவளது பின்னலைப் பிடித்து இழுத்தபடி அமலா சொன்னாள்:

"இது என்ன, உன் தலை கோழிச்சிறகுபோல இவ்வளவு அசிங்கமாக இருக்கிறது!"

தியாவுக்கு மிகவும் கோபம் வந்தது. அடுத்த நொடியே அவள் இப்படிக் கேட்க நினைத்தாள்:

'என் முடிதானே, உனக்கு என்ன?'

வெறுப்புடன் தலை சாய்த்து அமலாவின் முகத்தைப் பார்த்தாள். அமலா முன்பைவிடக் குண்டாக இருந்தாள். தான் கேட்க நினைத்த கேள்வியை தியா தனக்குள் விழுங்கிக்கொண்டாள்.

'இவளிடம் சண்டை போட்டு ஜெயிக்க முடியாது. எதுவும் பேசாமல் இருப்பதுதான் நல்லது' என்று நினைத்தாள் அவள்.

டீச்சர் வருகைப் பதிவேட்டைத் திறந்து ஒவ்வொருவராகப் பெயர் சொல்லி அழைத்தார்கள். எழுந்து நின்ற குழந்தைகள், 'வணக்கம் டீச்சர்' என்று சொல்லி அமர்ந்தார்கள். கடந்த முறை யு.கே.ஜி.யில் இல்லாத ஐந்தாறு புதிய குழந்தைகள் வகுப்பில் இருந்தார்கள்.

யார் யார் வந்திருக்கிறார்கள் என்று வருகைப் பதிவேட்டில் குறித்த பிறகு டீச்சர் என்னமோ சொன்னார்கள்.

டீச்சர் பெரும்பாலும் ஆங்கிலத்தில்தான் பேசினார்கள். அவர்கள் பேசியதில் பாதியளவு தியாவுக்குப் புரியவில்லை.

"நாளை முதல் எல்லோரும் இங்கிலீஷில் பேச வேண்டும். எல்லோரும் அதற்காக முயற்சி செய்ய வேண்டும். யாரும் மலையாளத்தில் பேசக்கூடாது. நான் சொன்னபடி செய்யாதவர்களுக்கு தண்டனை கிடைக்கும்." டீச்சர் பிறகும் என்னென்னமோ சொல்லிக்கொண்டிருந்தார்கள்:

"வகுப்பில் சொல்லிக் கொடுக்கும் பாடங்களை வீட்டில் அன்றன்றே நன்றாகப் படிக்க வேண்டும்; வீட்டுப் பாடம் செய்யாமல் வரக்கூடாது; பொய்க் காரணம் சொல்லி பள்ளிக்கு வராமல் இருக்கக் கூடாது; தவறு செய்தால் பெற்றோர்களை அழைத்து வரும்படிச் செய்ய நேரிடும்."

டீச்சரின் பேச்சில் அப்படி நிறைய அறிவுரைகளும் அச்சுறுத்தல்களும் இருந்தன. டீச்சர் பேசும் விதமும் நடத்தையுமெல்லாம் அவளுக்குச் சற்றும் பிடிக்கவில்லை. பள்ளிக்கு வந்த முதல் நாளே அவளுக்கு மிகவும் சலிப்பாக இருந்தது.

9

சீக்கிரமே பள்ளி விடும் மணி அடித்தது. அந்த நொடியே குழந்தைகள், அடைக்கப்பட்டிருந்த கூண்டிலிருந்து விடுபட்டவர்கள்போல ஆனார்கள். பைகளுடன் நெருக்கியடித்துக்கொண்டு வகுப்பறையிலிருந்து வெளியே ஓடி வந்தார்கள்.

குழந்தைகளின் குரலோசையால் திடீரென்று பள்ளியின் சூழ்நிலை, காக்கைக் கூட்டில் கல்லெறிந்ததுபோல களேபரமானது. குழந்தைகளை வரிசை வரிசையாக நிற்கவைத்த டீச்சர்கள் மெதுவாகச் செல்லும்படி கத்திக்கொண்டிருந்தார்கள். என்றாலும் சில குழந்தைகள் அதைக் கேட்காமல் வரிசையிலிருந்து மீறி முன்னால் ஓடினார்கள்.

தாங்கமுடியாத பசியின் காரணத்தால் தியாவுக்கு கண்கள் இருண்டன. அவளால் நடக்கக்கூட முடியவில்லை.

அவளுக்காக அம்மா வகுப்பறைக்கு வெளியே காத்திருந்தார்கள். கூட்டத்தினிடையே அவள் அம்மாவின் அருகே ஓடினாள். அவள் கையைப் பிடித்துக்கொண்டு அம்மா வளாகக் கதவை நோக்கி நடந்தார்கள்.

ஸ்கூட்டரில் ஏறும் நேரத்தில் அவளிடம் கேட்டார்கள் அம்மா:

"இன்று ஏதேனும் படித்தாயா? வீட்டுப்பாடம் எதுவும் உண்டா?"

"இன்று எதுவும் படிக்கவில்லை. வீட்டுப்பாடமும் எதுவுமில்லை." அலட்சியமாகச் சொன்னாள் தியா.

"புதிய டீச்சரை உனக்குப் பிடித்திருக்கிறதா?" அம்மாவின் அடுத்த கேள்விக்குப் பதில் சொல்ல அவள் சில நொடிகள் யோசித்தாள்.

சரியாகச் சொன்னால், காயத்ரி மிஸ் அளவுக்கு அவளுக்கு புதிய டீச்சரைப் பிடிக்கவில்லை. இந்த டீச்சரின் முகத்தில் எப்போதும் கோபம்தான் இருந்தது. கொஞ்சம்கூட அன்பு தெரியவில்லை. எதுவும் கேட்கத் தோன்றவில்லை. ஆயினும் அவள் அம்மாவிடம்,

இந்த டீச்சரைப் பிடிக்கவில்லை என்று சொல்லவில்லை. சொல்லிக்கொடுக்கும் டீச்சர்களைக் குற்றம் சொல்லக் கூடாது என்று அம்மா எப்போதும் சொல்வார்கள்.

அம்மா சொன்னது மட்டுமல்ல, அவள், 'மாதா பிதா குரு தெய்வம்' என்று அவள் பல முறை எழுதிப் பழகியும் இருக்கிறாள். படித்த நல்ல விஷயங்களை பட்டென்று அவள் மறந்துவிட மாட்டாள். டீச்சரைப் பிடிக்கவில்லை என்று சொன்னால் அம்மா கோபப்படுவார்களோ எனும் பயமும் அவளுக்கு இருந்தது. அதனால் மேம்போக்காக அவள் பதில் சொன்னாள்:

"பரவாயில்லை."

"நல்ல டீச்சர்தான். நம் வீட்டுக்குக் கொஞ்சம் தூரத்தில்தான் அவர்கள் வீடு இருக்கிறது. நம் கடைக்கு அடிக்கடி வருவார்கள்."

"நான் இதுவரை பார்த்தது இல்லை" என்றாள் தியா.

அம்மாவுக்குத் தெரிந்த டீச்சர்தான் என்று அறிந்தபோது அவளுக்கு மகிழ்ச்சியாக இருந்தது. டீச்சருடன் சேர்ந்து பள்ளிப் பேருந்தில் போகலாம் அல்லவா. பக்கத்து வீடு என்பதால் அவளிடம் அதிக அன்புடன் நடந்துகொள்வார்கள். டீச்சருடன் போகும்போது அமலாவுக்குச் சற்று பயமும் ஏற்படும். இனி அவள் ஏதும் தொந்தரவு செய்தால் டீச்சரிடம் சொல்லலாம். இப்படியெல்லாம் மகிழ்ச்சியுடன் தியா நினைத்தாள். ஆனால், அடுத்த நொடியே அவள் மகிழ்ச்சியைக் கெடுத்தபடி அம்மா சொன்னார்கள்:

"இனி நீ ஏதும் பொய் சொல்லி பள்ளிக்குப் போகாமல் இருக்க முடியாது. நான் டீச்சரிடம் சொல்லிக் கொடுத்துவிடுவேன்."

அம்மாவின் பேச்சு அவளுக்கு முற்றிலும் பிடிக்கவில்லை. அவளுக்கு மிகவும் கோபம் வந்தது.

"டீச்சரிடம் சொல்லிக் கொடுத்தால் பிறகு நான் ஒருபோதும் பள்ளிக்கூடம் போக மாட்டேன்." கடுமையான பிடிவாதத்துடன் அவள் சொன்னாள்.

"இன்னும் பள்ளிக்கூடமே திறக்கவில்லை, அதற்குள் நீ பள்ளிக்கூடம் போகாமல் இருப்பதற்கான வழியை யோசிக்க ஆரம்பித்துவிட்டாய்." அம்மாவுக்கு பட்டென்று கோபம் வந்தது.

"நீங்கள் எதற்காக அம்மா என்னை வீணாக குற்றம் சொல்லிக்கொண்டிருக்கிறீர்கள்? அதனால்தான் நானும் சொன்னேன்." அவள் எரிச்சலுடன் சொன்னாள்.

"அம்மாவிடம் வாக்குவாதம் செய்யலாமா? ஸாரி கேள்." அம்மா கடுமையாகச் சொன்னது கேட்காததுபோன்று, அவள் எதுவும் பேசாமல் இருந்தாள்.

"சொன்னது கேட்கவில்லையா?" அம்மாவின் கோபம் அடங்கவில்லை.

அவள் தோற்பதற்குத் தயாரானாள். மனமில்லாமல் சொன்னாள்:

"ஸாரி."

சில நேரங்களில் பள்ளி செல்ல அவள் தயங்குவாள். அம்மா இப்போது அதைச் சொல்கிறார்கள். அம்மாவுக்கு எப்போதும் குற்றம் சொல்லத்தான் தெரியும். நல்லது எதுவும் சொல்லத் தெரியாது.

சில நாட்கள் பள்ளிக்குச் செல்லாமல் இருந்தால் அம்மாவுக்கு என்ன பிரச்சினை? அவளது சிந்தனைகள் அந்த வழியில் சென்றன.

வகுப்பில் உள்ள மற்ற குழந்தைகளும் அடிக்கடி பள்ளிக்கு வராமல் இருப்பது உண்டுதானே. எல்.கே.ஜி.யிலும் யு.கே.ஜி.யிலும் பிரியாவும் லட்சுமியுமெல்லாம் எத்தனை நாட்கள் பள்ளிக்கு வராமல் இருந்திருக்கிறார்கள். யு.கே.ஜி.யில் படிக்கும்போது பள்ளி செல்லாமல் இருந்தால் அதற்காக காயத்ரி மிஸ் அவளைத் திட்ட மாட்டார்கள். மறு நாள் செல்லும்போது கோபப்படாமல் கேட்பார்கள்:

"நீ ஏன் நேற்று வரவில்லை, தியா?"

பள்ளிக்கு வராததற்குக் காரணம் சொல்ல அவள் அதிகம் யோசிக்க வேண்டியதில்லை. பதில் எப்போதும் தயாராக இருந்தது.

"காய்ச்சலாக இருந்தது, மிஸ்?"

"காய்ச்சல் என்று யார் சொன்னார்கள்?"

"அம்மாதான், மிஸ்."

அதன் பிறகு மிஸ் தோண்டித்துருவி கேள்வி கேட்க மாட்டார்கள். பள்ளி செல்லாமல் இருப்பதற்கு அவளுக்கு குறிப்பிட்ட காரணம் எதுவும் வேண்டாம். ஒருவித சோம்பல், அந்த நாளில் பள்ளிக்குப் போகவே தோன்றாது. அதற்கு மேற்பட்டு எந்தப் பிரச்சினையும் இல்லை. பொய் சொல்லக் கூடாது என்று அம்மாவும் அவளுக்கு சொல்லிக் கொடுத்திருக்கிறார்கள். ஆனாலும் அவள் விடுப்பு எடுக்கும் விஷயத்தில் அழகாகப் பொய் சொல்வாள். அம்மாவின் பெயரில் சத்தியம் செய்து சொல்லவும் அவள் தயங்க மாட்டாள்.

அம்மாவும் சில நேரங்களில் பொய் சொல்கிறார்கள் அல்லவா!

அப்பா வீட்டில் இருந்தாலும் சில மனிதர்கள் வரும்போது அம்மா, அப்பா வீட்டில் இல்லையென்று பொய் சொல்வார்கள்.

அப்படிப் பல முறை அம்மா சொல்வதை அவள் கேட்டிருக்கிறாள். பொய் சொன்னால் கடவுள் தண்டிப்பார் என்று அம்மாதான் அவளுக்கு சொல்லிக் கொடுத்திருக்கிறார்கள். பிறகு

எதற்கு அம்மா பொய் சொல்கிறார்கள்? அம்மா பொய் சொன்னால் அது தவறு இல்லையா? அதற்காக கடவுள் அம்மாவைத் தண்டிக்க மாட்டாரா? குழந்தைகள் பொய் சொன்னால் மட்டும்தான் கடவுள் தண்டிப்பாரா?

கேட்டால், சில நேரங்களில் பொய் சொல்வது தவறு இல்லை என்று பதில் சொல்வார்கள். எந்த விஷயத்துக்குப் பொய் சொல்லலாம், எந்த விஷயத்துக்குப் பொய் சொல்லக் கூடாது என்று இன்றுவரை அவளுக்கு முழுமையாகப் புரியவில்லை. ஆனாலும் கொஞ்சம் தெரியும். 'பெரியவளானால் அம்மாவைவிட நன்றாகப் பொய் சொல்ல முடியலாம்' என்று அவள் நினைத்தாள்.

மிஸ்ஸிடம் பொய் சொல்லாமல் இருந்தால் பிறகு வேறு என்ன காரணம் சொல்வது? தேவையில்லாமல் விடுப்பு எடுக்கக்கூடாது என்று மிஸ் சொல்லியிருக்கிறார்கள். எனக்கு பள்ளிக்கு வருவதற்கு சோம்பலாக இருந்தது என்ற உண்மையை எப்படி மிஸ்ஸிடம் சொல்வது? அப்படிச் சொன்னால் மிஸ்ஸுக்குக் கோபம் வராதா? அப்புறம் அவர்கள் காட்டும் அன்பு குறையாதா? அதற்குப் பயந்துதான் அவள் மிஸ்ஸிடம் பொய் சொன்னாள்.

வண்டி ஓட்டிக்கொண்டிருந்த அம்மா, அவளது எண்ணங்களைத் தடுத்தபடி சொன்னார்கள்:

"டீச்சரின் வீட்டில் சி.சி.டி.வி. இருக்கிறது. இனி நீ என்ன செய்தாலும், வீட்டிலிருந்து டீச்சரால் பார்க்க முடியும்."

"நீங்கள் பொய் சொல்கிறீர்கள், அம்மா. என்னை ஏமாற்றப் பார்க்க வேண்டாம்." இப்படி அவள் அம்மாவிடம் சொன்னாள் என்றாலும் அவளுக்கு மனதில் அச்சம் ஏற்பட்டது.

அவளுக்கு உடை வாங்குவதற்காக பெரிய துணிக்கடைக்குச் சென்றிருந்தபோது அங்கு பொருத்தப்பட்டிருந்த சி.சி.டி.வி.யை அவள் பார்த்திருந்தாள். கடையில் உள்ளவர்கள் அத்தனை பேரும் அதில் தெரிந்தார்கள்.

டீச்சரின் வீட்டிலும் அது போன்ற சி.சி.டி.வி. பொருத்தப்பட்டிருக்குமா? அல்லது அவளை ஏமாற்றுவதற்காக அம்மா சும்மா பொய் சொல்கிறார்களா?

சில நேரங்களில் அவளை பயமுறுத்துவதற்காக அம்மா பொய் சொல்வார்கள். இது அவளுக்கு நன்றாகத் தெரியும்.

டீச்சரின் வீட்டில் சி.சி.டி.வி. பொருத்தப்பட்டிருந்தால் இனி என்ன செய்வது? வீட்டில் எங்கே இருந்தாலும் அதில் தெரியுமோ? அவளுக்குக் கடுமையான சந்தேகம் ஏற்பட்டது. டீச்சரின் சி.சி.டி.வி.யில் தெரியாமல் இருப்பது எப்படி? அவள்

யோசிக்கத் தொடங்கும்போது வீடு வந்துவிட்டிருந்தது. எரிச்சலுடன் அவள் ஸ்கூட்டரிலிருந்து இறங்கி பள்ளிப் பையை கட்டிலில் வீசியெறிந்துவிட்டு கட்டிலிலேயே குப்புறப் படுத்தாள்.

ஸ்கூட்டரை நிறுத்தி உள்ளே வந்த அம்மாவுக்கு அதைப் பார்த்தும் பட்டென்று கோபம் வந்தது.

"யூனிபாமை மாற்றிவிட்டு முகம் கழுவாமல் படுக்கக் கூடாது என்று உன்னிடம் எத்தனை முறை சொல்லியிருக்கிறேன்! எவ்வளவு சொன்னாலும் கேட்பதில்லை!" கட்டிலிலிருந்து பையை எடுத்து கீழே வைத்துக்கொண்டு அம்மா சொன்னார்கள்.

அம்மா கடைக்குப் போக தாமதமாகியிருக்கிறது. இன்னும் தாமதப்படுத்தினால் பிறகு அம்மாவுக்குக் கோபம் வரும். அப்போது நன்றாகத் திட்டு வாங்க வேண்டியிருக்கும்.

அது அவளுக்குத் தெரியும்.

அம்மாவுக்குள்ளபோதும் அவசரம்தான். அவளது விஷயங்களைக் கவனிப்பதற்கு அவர்களுக்கு நேரமில்லை. இந்த அம்மாவுக்குக் கொஞ்சம்கூட அன்பே இல்லை. அவளுக்குத் துயரமாக இருந்தது. இனிமேல் பள்ளிக்கூடம் இருக்கும் எல்லா நாளும் திட்டும், சில நேரங்களில் அடியும் வாங்க வேண்டியிருக்கும்.

"தியா, நீ உடை மாற்றவில்லையா?" அம்மா கத்தினார்கள்.

இனி உடை மாற்றுவதுவரை அம்மா சொல்லிக்கொண்டிருப்பார்கள். கொஞ்சம் நேரம் கழித்து உடை மாற்றினால் என்ன பிரச்சினை? எல்லா விஷயங்களையும் அப்போதேதான் செய்ய வேண்டுமா? அப்புறம் செய்தால் அம்மாவுக்கு என்ன பிரச்சினை? இந்த அம்மா என்ன இப்படி இருக்கிறார்கள்? அவளுக்கு கடுமையான கோபம் வந்தது.

"என்ன, தியா..." அம்மா சொல்லி முடிக்கவில்லை.

கட்டிலில் படுத்திருந்த தியா, எதுவும் பேசாமல் கோபத்துடன் பட்டென்று எழுந்தாள்.

10

ஒவ்வொரு நாள் செல்லுந்தோறும், வகுப்புகள் அவளுக்கு சலிப்பு ஏற்படுத்த ஆரம்பித்திருந்தன.

பள்ளிக்குச் செல்லாமல் இருப்பதற்கான பழைய தந்திரங்களை சில நாட்கள் பயன்படுத்திப் பார்த்தாள். வற்றுவலி, தலைவலி என்று நடித்தாலும் அம்மா சற்றும் இரக்கமே இல்லாமல் கோபப்பட்டார்கள்.

"பள்ளிக்குச் செல்லாமல் இருப்பதற்கான உன் பழைய தந்திரமெல்லாம் இனி பலிக்காது. நீ இப்போது முதல் வகுப்பில் படிக்கிறாய்."

"அம்மா..."

அவள் சொல்லி முடிக்கும்வரை அம்மா காத்திருக்கவில்லை.

"நீ ஒன்றும் சொல்ல வேண்டாம். நீ பெரிய பிள்ளையாகிவிட்டாய். இனியும் சும்மா அடம்பிடித்துக்கொண்டிருந்தால் அடி கிடைக்கும், சொல்லிவிட்டேன்."

சில விஷயங்களில் அம்மா, சிறிய குழந்தை என்று சொல்வார்கள். பள்ளிக்குச் செல்லும் விஷயம் வரும்போது மட்டும் பெரிய பிள்ளை.

அம்மாவின் மீது அவளுக்குக் கோபம் வந்தது.

ஒவ்வொரு நாள் செல்லுந்தோறும் பள்ளியில் நடக்கும் விஷயங்கள் அவளுக்கு மேலும் மேலும் கஷ்டமாக இருந்தன.

வகுப்பில் எல்லோருக்கும் டீச்சர் மீது பயம். அடிக்க மாட்டார்கள் என்றாலும் சிறிய விஷயத்துக்குக்கூட கடுமையாகத் திட்டுவார்கள். அவளது அம்மாகூட இவ்வளவு அதிகமாகத் திட்டமாட்டார்கள்.

சில பிள்ளைகளிடம் டீச்சர் அன்பாக நடந்துகொள்வார்கள். அவர்கள் தவறு செய்தாலும் கண்டிக்க மாட்டார்கள். இதுதான் தியாவுக்குப் பிடிக்கவில்லை.

அம்மாவுக்கு டீச்சரைத் தெரியும் என்பதால் என்ன பயன்? இதனால் அவளுக்கு ஒரு நன்மையும் ஏற்படவில்லை.

வகுப்பில் உள்ள மற்ற பிள்ளைகளிடம் காட்டும் அன்பைக்கூட,

டீச்சர் தனக்குத் தரவில்லை என்று அவள் நினைத்தாள். அப்படி நினைப்பதற்கு அவளுக்கு நிறையக் காரணங்கள் இருந்தன.

ஏதாவது சந்தேகம் கேட்கச் சென்றால், புரியும்படி ஒருபோதும் சொல்ல மாட்டார்கள். ஒரு நாள் டீச்சர் பாடம் நடத்திக்கொண்டிருக்கும்போது தியா எழுந்து சந்தேகம் கேட்டாள். அப்போது டீச்சர் மிகவும் கோபப்பட்டார்கள்:

"இவளுக்கு எப்போதும் சந்தேகம்தான். சொல்லிக்கொடுக்கும்போது கவனிக்காமல் வேறு எங்காவது பார்த்துக்கொண்டிருப்பாள்."

வகுப்பில் மற்ற பிள்ளைகளின் முன்னால் இப்படித் திட்டியபோது அவளுக்கு மிகவும் அவமானமாக இருந்தது. அவள் முகம் வாடியது. வெளிவராத ஒரு அழுகை அவள் மனதுக்குள் குமுறியது.

அன்று வகுப்பில் டீச்சர் சொன்னதெல்லாம் அவள் தலையில் ஏறவே இல்லை. அதன் பிறகு அவள் ஒருபோதும் டீச்சரிடம் சந்தேகம் கேட்கவில்லை.

ஒவ்வொரு நாள் செல்லும்போதும் அவளுக்குக் கஷ்டம் அதிகரித்தது. பள்ளிக்குப் போகவே பிடிக்கவில்லை.

டீச்சர் எப்போதுமே மலையாளத்தில் பேசுவதில்லை என்பதுதான் அவளது முக்கியமான பிரச்சினை.

போதாக்குறைக்கு ஏதேனும் சந்தேகம் கேட்டால் கேலி செய்வார்கள், கோபப்படுவார்கள். வகுப்பில் எல்லோரும் ஆங்கிலத்தில் பேச வேண்டும் என்று சொல்லியிருக்கிறார்கள். ஆங்கிலத்தில் பேசுவதற்கு வார்த்தைகள் தெரியவில்லை என்றால் என்ன செய்வது?

பிள்ளைகள் வகுப்பில் பேசும் ஆங்கிலத்தைக் கேட்பதற்கு இனிமையாக இருக்கும். அமலா ஆங்கிலத்தில் மட்டும்தான் பேசுவாள். அது சரியான ஆங்கிலம் ஒன்றுமல்ல. மலையாளமும் அல்லாத ஆங்கிலமும் அல்லாத ஒரு மொழி. அவள் மிகவும் பெருமையாக அப்படிப் பேசுவாள். தனக்கு எல்லாம் தெரியும் என்ற அகம்பாவம்.

அமலா ஆங்கிலம் பேசுவதைக் கேட்கும்போது அவளுக்குச் சிரிப்பு வரும். ஆனால், சிரிக்க மாட்டாள். சிரித்தால், அமலா டீச்சரிடம் சொல்லிக்கொடுத்துவிடுவாள். தவறாக இருந்தாலும் ஆங்கிலத்தில்தான் பேச வேண்டும் என்பது டீச்சரின் கட்டளை. ஆனால், தியா பேசும்போது மற்றவர்களின் முன்னால் அமலா மோசமாகக் கேலி செய்வாள். கேட்டுக்கொண்டிருக்கும் குழந்தைகளுக்கு அந்தளவு ஒன்றும் தெரியாது என்றாலும், அமலா

அவளைக் கேலி செய்யும்போது அவர்கள் சிரிப்பார்கள். அதன் காரணத்தால் அவள் ஆங்கிலத்தில் பேசத் தயங்கினாள். தவறாகப் பேசிவிடுவோமோ எனும் பயத்தின் காரணத்தால் அவள் வகுப்பில் எதுவுமே பேசுவதில்லை.

டீச்சர் கேள்வி கேட்கும்போது அவள் பயந்து நடுங்கத் தொடங்குவாள். அந்தக் கேள்விக்குப் பதில் தெரிந்திருந்தாலும் அந்த நடுக்கத்தில் அவள் எல்லாவற்றையும் மறந்துவிடுவாள்.

"உனக்கு ஒன்றுமே தெரியவில்லை, எவ்வளவு சொன்னாலும் எதுவும் படித்துவிட்டு வருவதுமில்லை. உன் தலைக்குள் என்ன களிமண்ணா இருக்கிறது? நீ ஒரு மரமண்டைதான்!"

ஒரு நாள் டீச்சரின் கேள்விக்குப் பதில் சொல்லாமல் இருந்தபோது டீச்சர் கோபத்துடன் இப்படிச் சொன்னார்கள். டீச்சரின் அந்தக் கேலிப் பேச்சைக் கேட்டு வகுப்பில் இருந்த பிள்ளைகள் எல்லோரும் சிரித்தார்கள். இந்த அவமானத்தால் தியாவின் முகம் வெளிறியது.

மரமண்டை என்றால் என்ன?

டீச்சர் சொன்னது மோசமான வார்த்தை என்று புரிந்தாலும் அவளுக்கு அர்த்தம் தெரியவில்லை.

பிறகு அம்மாவிடம் கேட்டுத் தெரிந்துகொண்டாள். அந்த வார்த்தைக்கு அர்த்தம் தெரிந்துகொண்டபோது அவள் மிகவும் வேதனைப்பட்டாள். டீச்சர் மீது வெறுப்பும் கோபமும் ஏற்பட்டது.

எல்லா நாளும் வகுப்பில் அவள் திணறலுடன்தான் அமர்ந்திருந்தாள். பிறகு எப்போதுமே அவள் டீச்சரிடம் சந்தேகம் கேட்டதில்லை. டீச்சர் வகுப்பில் கேள்வி கேட்கும்போது அவள் அஞ்சி நடுங்கிக்கொண்டிருந்தாள்.

டீச்சர் அவளிடம் எவ்வளவுதான் கோபப்பட்டாலும் அவள் தலை குனிந்து நிற்பாளே தவிர ஒரு வார்த்தை பேசமாட்டாள். அதைப் பார்க்கும்போது டீச்சரின் கோபம் மேலும் அதிகரிக்கும்:

"வீட்டில் படித்துக்கொண்டு வர வேண்டும் என்று சொல்லியிருந்தேன், அல்லவா? நீ ஏன் படித்து வரவில்லை? சொன்னபடி கேட்கவில்லை என்றால் அடி கிடைக்கும்."

பல நாட்கள் சற்றும் கருணையற்று டீச்சர் அவளைத் திட்டினார்கள். வகுப்பில் எல்லோர் முன்னாலும் அவமானப்பட்டு நிற்கும்போது அவள் தனக்குள் சொல்லிக்கொள்வாள்:

"எனக்கு எதுவும் தெரியாது. டீச்சர் சொன்னதுபோல நான் ஒரு மரமண்டைதான்.

அவள் எந்தக் காரியம் செய்தாலும், தான் ஒரு மரமண்டை என்ற எண்ணம் அவளையறியாது அவளுக்குள் வளர்ந்துகொண்டிருந்தது.

வகுப்பில் படிப்பதெல்லாம் அவள் மனதில் பதியவில்லை. விரைவிலேயே, அவள் மீது அவளுக்கே மதிப்பில்லாதுபோய்விட்டது.

அவள் உற்சாகமெல்லாம் எங்கோ போய்விட்டது. சாப்பிடக்கூட அவளுக்கு ஆர்வமில்லை.

விளையாட்டையும் சிரிப்பையும் மறந்துபோன அவள் கண்களில் ஒளி மங்கி, முகத்தில் எப்போதும் துயரம் படர்ந்திருந்தது. ஆயினும் யாரும் அவள் மனதைப் புரிந்துகொள்ள முயலவில்லை.

11

இரவு படுக்கும்போது அவள் தினமும் கடவுளிடம் இப்படி வேண்டிக்கொள்வாள்:

"கடவுளே, நாளை பள்ளிக்கூடம் இருக்கக் கூடாது! டீச்சர் இன்று பள்ளிக்கு வரக் கூடாது!"

"கடவுளே, எனக்கு நாளை காய்ச்சல் வர வேண்டும்!" இப்படியெல்லாம் அவள் கடவுளிடம் வேண்டிக்கொண்டிருந்தாள்.

மனம் உருகி வேண்டிக்கொண்டும் அவளது எந்தக் கோரிக்கையையும் கடவுள் நிறைவேற்றவில்லை. காலையில் எழுந்திருக்கும்போது அவளுக்குக் காய்ச்சல் வந்திருக்காது, பள்ளிக்கு விடுமுறை விடப்பட்டிருக்காது, டீச்சர் முன்னேரத்திலேயே வகுப்புக்கு வந்திருப்பார்கள்.

அப்போதெல்லாம் அவள் கோபத்துடனும் ஏமாற்றத்துடனும், 'கடவுளிடம் வேண்டிக்கொள்வதால் எந்தப் பயனும் இல்லை. இனி நான் கோயிலுக்குப் போக மாட்டேன்' என்று நினைப்பாள்.

ஒன்றாம் வகுப்புக்கு வந்த பிறகும் தியாவின் குணத்தில் பெரிய மாற்றம் ஏதும் ஏற்படவில்லை. இரவு மிகத் தாமதமாகத் தூங்குவதால் காலையில் சீக்கிரம் எழுந்திருக்க கடும் சோம்பலாக இருக்கும். எவ்வளவுதான் கூப்பிட்டாலும் எழுந்திருக்க மாட்டாள். கட்டாயப்படுத்தி எழுப்பினாலும் தூங்கி விழுந்துகொண்டு கட்டிலிலேயே உட்கார்ந்திருப்பாள். அம்மா எவ்வளவுதான் கோபமாகத் திட்டினாலும் அசைய மாட்டாள். தூக்கக் கலக்கம் விலகாத கண்களுடன் தலையைச் சொறிந்துகொண்டு, சொன்னது எதுவும் கேட்காததுபோன்று இருப்பாள்.

பிறகு அம்மாவுக்கும் மகளுக்கும் இடையில் ஒரு சண்டையே நடக்கும். காலையில் அவளை ஆயத்தம் செய்வது அவ்வளவு சுலபமாக இருக்காது.

பள்ளி இருக்கும் நாட்களில் விழிக்கும்போது சரியாக, தலைவலியும் வயிற்றுவலியும் அவளைத் தேடி வந்தன.

அம்மாவிடம் திட்டு வாங்காத ஒரு நாள்கூட இல்லை.

எவ்வளவுதான் திட்டினாலும் அடித்தாலும் எல்லா நாளும் அவள் இப்படித்தான் செய்வாள். மேலும், வேறு சில தந்திரங்களும் அவள் வைத்திருந்தாள்.

அம்மா நம்ப மாட்டார்கள் என்றாலும், ஒரு தும்மல் வந்துவிட்டால் ஜலதோஷம் என்று சொல்லி அவள் சுருண்டு படுத்துக்கொள்வாள்.

அம்மா வந்து எழுப்பும்போது மிகவும் முடியாததுபோன்று நடித்துக்கொண்டு அவள் சொல்வாள்:

"அம்மா, எனக்குக் காய்ச்சலடிக்கிறது. எழுந்திருக்க முடியவில்லை, நீங்கள் வேண்டுமென்றால் தொட்டுப் பாருங்கள்."

தொட்டுப் பார்த்தால், அவளுக்குக் காய்ச்சல் இருக்காது.

"உனக்குக் காய்ச்சலுமில்லை, ஒன்றுமில்லை. சோம்பேறித்தனமாக உட்கார்ந்திருக்காமல் சீக்கிரம் எழுந்திரு. பள்ளிக்கூடத்துக்குப் போகாமல் இருப்பதற்காக இப்படியெல்லாம் நாடகம்போடாதே!"

"இல்லை, அம்மா. உண்மையாகவே எனக்குக் காய்ச்சல்தான். உள் காய்ச்சல். தொட்டுப்பார்த்தால் தெரியாது." தியாவும் விடமாட்டாள்.

முன்பு எப்போதோ கேள்விப்பட்ட வார்த்தைதான் 'உள் காய்ச்சல்'. உள்காய்ச்சல் என்று சொன்ன அன்று அவள் பெரும்பாலும் பள்ளிக்கூடத்துக்குப் போக மாட்டாள்.

வீட்டுப்பாடம் எழுத மறந்த அன்று நடக்கும் விஷயங்களைப் பற்றி சொல்லவே வேண்டாம். அப்போது அம்மாவை ஏறத்தாழ பைத்தியம் பிடிக்க வைத்துவிடுவாள்.

பள்ளி செல்வதற்கான அவளது தயக்கத்தை எப்படிப் போக்குவது என்று தெரியாமல் அம்மா குழம்பினார்கள்.

அப்பாவுக்குக் கொஞ்சம்கூட பொறுமை இல்லை. அவர் பேருந்து நிறுத்தத்தில் கொண்டுபோய் விடும் நாளில் பெரும்பாலும் அவளுக்கு அடி நிச்சயம்.

அவள் எவ்வளவு பிடிவாதம் பிடித்தாலும் சம்மதிக்க மாட்டார்.

சற்றும் இரக்கமின்றி அடித்து பலவந்தமாகப் பல் துலக்கவைத்து குளிப்பாட்டி சீருடை அணிவிப்பார். வீடே அதிரும்படி அழுதாலும் அப்பா விடமாட்டார்.

அப்போதெல்லாம் அவள் அழுதுகொண்டே பரிதாபமாக அம்மாவைப் பார்ப்பாள். அந்தப் பார்வை சரியாக அம்மாவின் இதயத்தில் தைக்கும் என்று அவளுக்குத் தெரியும்.

"என் மகளை நான் ஆயத்தம் செய்கிறேன்."

அம்மா ஓடி வந்து அவள் கையைப் பிடிப்பார்கள். அத்துடன் அவள் அழுகையும் துயரமும் இன்னும் அதிகரிக்கும். மூச்சுத் திணறுவது போல துவண்டு போவாள். நடிப்பதில் அவள் திறமையானவள்.

"நீதான் இப்படிச் செல்லம் கொடுத்து இவளைக் கெடுக்கிறாய்." அந்த நேரத்தில் அப்பா, அம்மாவின் மீது கோபப்படுவார்.

"இவள் சிறிய குழந்தைதானே. இவளிடம் இப்படியா நடந்து கொள்வது?" அம்மாவும் கோபத்துடனேயே பதில் சொல்வார்கள்.

"தினமும் இப்படியே நடந்தால் பிறகு என்ன செய்வது? படிப்பை நிறுத்துவதுதான் நல்லது. அப்போதுதான் கொஞ்சம் நிம்மதியாக இருக்கும்!" பைத்தியம் பிடித்ததுபோன்று அப்பா கத்தி கலாட்டா செய்வார்.

பள்ளி உள்ள நாட்களில் அவள் இப்படிச் செய்வதால், அம்மாவும் அப்பாவும் ஒருவருக்கொருவர் கோபமாகப் பேசி சண்டை போடுவது பெரும்பாலும் உறுதி. அழுது அடம்பிடித்து அவள் ஆயத்தமாகி வருவதற்குள் பள்ளிப் பேருந்து சென்றிருக்கும்.

பிறகு அவளை பள்ளிக்குக் கொண்டுவிடுவது அம்மாவின் வேலையாகும். அம்மா கோபத்துடன் திட்டியவாறு அவளை ஸ்கூட்டரில் கொண்டு போய் விடுவார்கள்.

ஒவ்வொரு நாள் செல்லும்போதும், பள்ளிக்குச் செல்லாமல் இருப்பதற்கான தியாவின் பிடிவாதமும் அழுகையும் அதிகரித்ததே தவிர குறையவில்லை.

அவள், சிரிப்பையும் விளையாட்டையும் மறந்துபோனாள். செய்யும்படி கட்டாயப்படுத்தினால்தான் எந்தவொரு விஷயத்தையும் செய்வாள். அவள் முகம் எப்போதும் சோகமாக இருந்தது. தெளிவான மனதுடன் அவள் நன்றாகப் படிக்க வேண்டும் என்பதற்காக, அம்மா கோயிலுக்குச் சென்று பூஜை செய்து வாங்கிய சரடை அவள் கையில் கட்டினார்கள். ஆயினும் அதனால் பயன் எதுவும் இல்லை.

அதன் பிறகும் அவள் முகம் வாட்டமாகவே இருந்தது. அவளை எந்தக் கடவுளும் காப்பாற்றவில்லை.

சரியாகச் சாப்பிடாமல் அவள் மேலும் மெலிந்துபோனாள். அடிக்கடி அவளுக்கு காய்ச்சலும் வரத் தொடங்கியது.

மகளுக்கு என்ன ஆகிவிட்டது? ஏதாவது நோய் வந்துவிட்டதா? அவள் அப்பாவும் அம்மாவும் யோசித்து யோசித்து மனம் குழம்பினார்கள்.

தியாவும் அதைத்தான் தனக்குத்தானே கேட்டுக்கொண்டிருந்தாள்:

'என்னால் மட்டும் ஏன் படிக்க முடியவில்லை? படிப்பதற்கான அறிவும் திறமையும் எனக்குக் கடவுள் கொடுக்கவில்லையா?'

வீட்டிலும் பள்ளியிலும் எல்லோரும் குற்றம் சொல்கிறார்களே, கேலி செய்கிறார்களே...

எங்காவது ஓடிவிட்டால் என்ன? எங்கு செல்வது? பிள்ளைபிடிப்பவர்களிடம் மாட்டிக்கொண்டால் என்ன செய்வது?

குழந்தைகளைப் பிடித்துச் சென்று அவர்களின் கைகால்களை உடைத்து முடமாக்கி, கண்களைக் குத்திக் குருடாக்கி பிச்சையெடுக்க வைப்பதை அவள் ஒரு திரைப்படத்தில் பார்த்திருக்கிறாள்.

'இந்தி மட்டும் பேசத் தெரிந்த சில பெண்கள் குழந்தைகளைப் பிடிக்க வந்திருக்கிறார்கள்!' என்று, கடந்த வாரம் செய்தித்தாளில் வந்த விஷயத்தை அம்மா அவளுக்கும் சொல்லியிருந்தார்கள். அவர்கள் தன்னைப் பிடித்துக்கொண்டு போய்விட்டால் என்ன செய்வது? அதைப் பற்றி நினைத்தபோதே அச்சம் அவள் இதயத்தை நடுங்கச் செய்தது.

அவளைப் பார்க்காமல் இருந்தால் அம்மா மிகவும் கவலைப்படுவார்களே. இதை நினைத்தபோது, வீட்டை விட்டுப் போவதைப் பற்றியே பிறகு அவள் யோசிக்கவில்லை.

பிறகு, பள்ளிக்குப் போகாமல் இருப்பதற்கு என்ன வழி?

காய்ச்சல், தலைவலி, வயிற்றுவலி என்றெல்லாம் நடிப்பது மட்டும்தான் அவளுக்குத் தெரிந்த ஒரே வழி.

நோய் வந்திருப்பதாக நடித்து நடித்து அவளுக்கு உண்மையிலேயே நோய் வந்துவிட்டதா?

12

"அம்மா, இன்று நான் பள்ளிக்குச் சென்றால் திரும்பி வர மாட்டேன், கேட்டீர்களா?" ஒரு நாள் காலையில் பள்ளிக்குச் செல்லத் தயாராகி நிற்கும்போது தியா துயரத்துடன் சொன்னாள்.

"பள்ளிக்கூடம் விட்டு வீட்டுக்கு வராமல் பிறகு நீ எங்கே போகப்போகிறாய்?" அவளது தண்ணீர்ப் புட்டியை பள்ளிப் பையில் வைத்துக்கொண்டே அம்மா கேட்டார்கள்.

"எப்படியானாலும் நான் இன்று நிச்சயமாக வீட்டுக்கு வரமாட்டேன்." அவள் மீண்டும் சொன்னாள்.

அவள் என்ன சொல்கிறாள் என்று புரியாமல் அம்மா தியாவின் முகத்தைப் பார்த்தார்கள். "நான் செத்துப்போய்விடுவேன். அப்புறம் என்னை நீங்கள் பார்க்க முடியாது."

'இந்தப் பிள்ளை என்ன சொல்கிறாள்?' அம்மாவுக்கு வருத்தமும் கோபமும் ஏற்பட்டது.

"நான் உண்மையாகத்தான் சொல்கிறேன்." தியாவின் வார்த்தைகள் துயரத்துடன் இருந்தன.

"எனக்குப் பள்ளிக்கூடம் போக முடியவில்லை. போனால் நான் திரும்பி வரமாட்டேன்." அவள் மன வேதனையுடன் மீண்டும் சொன்னாள்.

"நீ இப்படியெல்லாம் பேசாதே, என் மகளே. படித்து நல்ல வேலை கிடைக்க வேண்டும் என்பதற்காகத்தானே பள்ளிக்குப் போகச் சொல்கிறோம்? எதற்கு நீ பள்ளிக்கூடம் போக இவ்வளவு தயக்கப்படுகிறாய்?" அம்மா அன்புடன் கேட்டார்கள்.

"எனக்கு அந்தப் பள்ளிக்கூடம் பிடிக்கவில்லை." அவள் வெறுப்புடன் சொன்னாள். தியாவுடன் பேசி ஜெயிப்பது அவ்வளவு சுலபமில்லை. பெரியவர்கள் பேசுவதுபோலத்தான் சில சமயங்களில் பேசுவாள். ஏதாவது ஒரு விஷயம் சொன்னால் அதைப் பட்டென்று மறந்துவிடவும் மாட்டாள்.

சில விஷயங்களில் அவளுக்கு நல்ல ஞாபக சக்தி உண்டு. இவ்வளவு அறிவான குழந்தை பள்ளி செல்ல ஏன் தயங்குகிறாள்

என்று அம்மா யோசித்துப் பார்த்தும் ஒன்றும் புரியவில்லை.

கேட்கும்போதெல்லாம் அவள் அந்த ஒரு பதிலைத்தான் மீண்டும் மீண்டும் சொல்வாள்:

"என்னால் அந்தப் பள்ளிக்கூடத்துக்குப் போகமுடியாது."

"அந்தப் பள்ளிக்கூடத்துக்கு என்ன பிரச்சினை?"

"வகுப்பில் டீச்சர் என்னை எப்போதும் தேவையில்லாமல் குற்றம் சொல்கிறார்கள், கேலி செய்கிறார்கள். எனக்கு அந்த டீச்சரைப் பிடிக்கவில்லை."

"நீ வீட்டுப்பாடம் செய்யாமலும் படிக்காமலும் போனதால்தானே டீச்சர் கோபப்படுகிறார்கள். எல்லாவற்றையும் படித்துவிட்டுப் போனால் ஒன்றும் சொல்ல மாட்டார்கள். தியாவைத் திட்டாதீர்கள் என்று டீச்சரிடம் நான் சொல்கிறேன்."

"நீங்கள் சொன்னாலும் டீச்சர் என்னைத் திட்டுவார்கள். நான் கார்த்திகா படிக்கும் பள்ளிக்கூடத்தில் படிக்கிறேன். அங்கே யாரும் திட்டுவதில்லை என்று கார்த்திகா சொன்னாள்."

"இனிமேல் எப்படி பள்ளிக்கூடத்தை மாற்றுவது? வகுப்பெல்லாம் ஆரம்பித்துவிட்டதே?"

தன் விருப்பத்தை அப்பாவிடம் அம்மா சொன்னபோது பெரிய பிரச்சினை ஏற்பட்டது. அவளது பிஞ்சு மனதைக் குதறும் வார்த்தைகளால் அப்பா அவரைக் கடுமையாகத் திட்டினார்.

என்னவெல்லாம் சொல்லித் திட்டினார் அப்பா. அவள் ஒரு குழந்தை என்ற விஷயமே அவருக்கு மறந்துவிட்டது.

அவளுக்கு அப்பாவின் மீது வெறுப்பும் கோபமும் ஏற்பட்டது. அம்மா இடையில் ஏதோ சொன்னபோது அப்பாவின் கோபம் அதிகரித்தது.

அவள் இவ்வளவு மோசமானதற்குக் காரணம் அம்மா செல்லம் கொடுத்துக் கெடுத்ததுதான் என்று சொல்லி, அம்மாவையும் கடுமையாகத் திட்டினார்.

அப்பாவைக் குற்றம் சொல்லிப் பயனில்லை.

படிக்க முடியாமல்போனதன் துயரத்தையும் இழப்பையும் உண்மையாகவே அனுபவிப்பவர்கள்தான் அவளது அப்பாவும் அம்மாவும். அவர்கள் இருவருக்கும் படிப்பதற்கான ஆசையும் ஆர்வமும் இருந்தாலும், அதற்கான சூழ்நிலையை அவர்களின் பெற்றோர் அவர்களுக்கு ஏற்படுத்திக் கொடுக்கவில்லை. மகளும் படிக்காமல் தங்களைப்போல ஆகிவிடக் கூடாது என்ற பயம் அப்பாவுக்கும் அம்மாவுக்கும் இருந்தது.

ஆங்கிலவழிக் கல்வி கற்பிக்கும் பள்ளியில் சேர்த்து மகளை மருத்துவராகவோ பொறியாளராகவோ ஆக்கிவிட வேண்டும் என்பதுதான் அப்பாவின் ஆசை. அடிக்கடி அவளிடம் அதைச் சொல்லவும் செய்வார். கான்வெண்ட் பள்ளியில் படிக்க வைப்பதற்கான பணம் இல்லை. கஷ்டப்பட்டாவது மகளை நல்ல பள்ளிக்கூடத்தில் படிக்க வைக்க வேண்டும் என்ற ஆசையின் காரணத்தால்தான், அவளை அந்தப் பள்ளிக்கு அனுப்பினார். இதெல்லாம் தியாவுக்குப் புரியவில்லை என்றால் அவர்களுக்குக் கோபம் வராமல் இருக்குமா? ஒன்றாம் வகுப்புப் படிப்பவளால் அப்பா அம்மாவின் கஷ்டங்களையும் கனவுகளையும் புரிந்துகொள்ள முடியுமா?

அடுத்த வீட்டுக் கார்த்திகா, அரசுப் பள்ளியில்தான் படிக்கிறாள். அவள் வீட்டிலிருந்து நடந்து போகும் தூரத்தில்தான் பள்ளி இருக்கிறது.

பள்ளிக்குப் போகும்போது தியா, வீட்டின் முன்னால் நிறையக் குழந்தைகள் புத்தகப்பையை முதுகில் மாட்டிக்கொண்டு என்னென்னமோ பேசியபடி அந்தப் பள்ளிக்கு நடந்து செல்வதைப் பார்ப்பது உண்டு.

அவளுக்கும் அதுபோல நடந்து போக ஆசை.

ஆனால், அப்பாவுக்கு அவளை அந்தப் பள்ளியில் படிக்க வைக்க விருப்பமில்லை. சாதாரண மக்களின் பிள்ளைகள்தான் அரசுப் பள்ளியில் படிப்பார்கள் என்று அப்பா சொல்வார். அவள் அப்பா அப்படி நம்புவதற்குக் காரணமும் உண்டு. அரசாங்கப் பள்ளிகளில் வேலை பார்க்கும் ஆசிரியர்கள் தங்கள் பிள்ளைகளையெல்லாம் மற்ற தனியார் ஆங்கிலவழிப் பள்ளிகளில்தான் படிக்க வைக்கிறார்கள். அவர்களெல்லாம் ஏன் தங்கள் பிள்ளைகளை அரசுப் பள்ளிகளில் படிக்கவைக்கவில்லை? அரசுப் பள்ளிகளில் படிப்பு மோசமாக இருப்பதால்தானே?

அரசுப் பள்ளி, தனியார் பள்ளி என்றால் என்ன? தியாவுக்கு அதைப்பற்றி ஒன்றும் தெரியாது.

கார்த்திகாவின் அப்பா லாட்டரிச்சீட்டு விற்கிறார். எப்போதும் அவர்களின் கடைக்கு வருவார்.

தியாவின் அப்பா அடிக்கடி அவரிடமிருந்து லாட்டரிச்சீட்டு வாங்குவார்.

பணம் இல்லாத காரணத்தால்தான் கார்த்திகாவை பக்கத்தில் உள்ள பள்ளிக்கூடத்தில் சேர்த்தார்களா? கார்த்திகா படிக்கும் அரசுப் பள்ளிக்கு என்ன பிரச்சினை? அங்கே நன்றாகச் சொல்லிக்கொடுக்க மாட்டார்களா? தியாவின் மனதில் இப்படி நிறைய சந்தேகங்கள்

இருந்தன. தியா இப்போது போகும் பள்ளி பார்ப்பதற்கு மிகவும் அழகாக இருக்கும். பெரிய பள்ளி. பள்ளியெல்லாம் அவளுக்குப் பிடித்துத்தான் இருந்தது. டீச்சர் திட்டுவதும் கேலி செய்வதும்தான் அவளுக்குப் பிடிக்கவில்லை.

அப்பாவும் அம்மாவும் தங்கள் மகளைப்பற்றி பெரிய பெரிய கனவுகளை மனதில் வைத்திருக்கிறார்கள். ஆனால் அவள் ஏன் பள்ளி செல்ல மறுக்கிறாள் என்று புரிந்துகொள்வதற்கான பொறுமையோ அறிவோ அவர்களுக்கு இல்லை.

மகள் நன்றாகப் படிக்க வேண்டும், நல்ல மதிப்பெண்கள் வாங்கி வெற்றி பெற வேண்டும் என்ற ஒரு எண்ணம் மட்டும்தான், தியாவின் அப்பா அம்மா மனதில் இருந்தது.

பள்ளிக்குப் புறப்படும்போதான அவள் அழுகை ஒவ்வொரு நாளும் அதிகரித்ததே தவிர குறையவில்லை.

அவளைத் திருத்துவதற்கு அவர்களுக்குத் தெரிந்ததெல்லாம் அடியும் திட்டும்தான்.

ஆயினும் சில நாட்களில் அவள் பள்ளி செல்ல கடுமையாக மறுப்பாள்.

இந்தக் கஷ்டம் தாங்கமுடியாமல்போனபோதுதான் அம்மா, அவளுக்குச் சொல்லிக் கொடுக்கும் டீச்சரைப் பார்ப்பதற்கு பள்ளிக்குச் சென்றார்கள். அதிக நேரம் காத்திருக்க வேண்டிவரவில்லை. வகுப்பு தொடங்குவதற்கு முன்பே டீச்சரைப் பார்க்க முடிந்தது. தியாவும் உடன் இருந்தாள்.

"இவளுக்குப் பள்ளிக்கு வரவே பிடிக்கவில்லை. வகுப்பில் ஏதாவது பிரச்சினை இருக்கிறதா, டீச்சர்?"

"வகுப்பில் என்ன பிரச்சினை? ஏதாவது கேட்டால் இவள் வாயைத் திறந்து ஒரு வார்த்தையும் பேசமாட்டாள். வாய்பேச முடியாதவளைப்போலவே இருப்பாள். இங்குள்ள குழந்தைகளிடமும் நெருங்கிப் பழகுவதில்லை. சொன்ன பேச்சே கேட்பதில்லை. குழந்தைகள் இப்படியுமா இருப்பார்கள்?" டீச்சர் வெறுப்பாகப் பேசினார்கள்.

"வகுப்பில் சொல்வது தனக்குப் புரியவில்லை என்று சொல்கிறாள்."

"இங்குள்ள எல்லாக் குழந்தைகளுக்கும் புரிகிறதல்லவா. பாடம் நடத்தும்போது இவள் வேறு எங்காவது கவனித்துக்கொண்டிருப்பாள். அதுதான் பிரச்சினை. வீட்டுப்பாடம் எழுதிவரச் சொன்னால், அவள் இஷ்டத்துக்கு ஏதாவது எழுதி எடுத்து வருவாள். நான் என்ன சொன்னாலும் இவள் தலையில் ஏறுவதில்லை.

நான் என்ன செய்வது? இவள் நல்ல மார்க் வாங்கவில்லை என்றால் எங்களைக் குற்றம் சொல்லாதீர்கள். வீட்டில் நீங்களும் கொஞ்சமாவது சொல்லிக்கொடுக்க வேண்டும்." டீச்சர் கொஞ்சம் எரிச்சலாகப் பேசினார்கள்.

டீச்சர் நடந்துகொண்ட முறை, தியாவின் அம்மாவுக்கு முற்றிலும் பிடிக்கவில்லை.

அந்த நேரத்தில் அம்மாவின் மனதில் ஒரு கேள்வி தோன்றியது.

'வீட்டில் சொல்லிக்கொடுக்க வேண்டும் என்றால், அப்புறம் இவ்வளவு அதிகமாக பணம் கட்டி இந்தப் பள்ளிக்கு அனுப்புவது எதற்கு?'

ஆனால், அந்தக் கேள்வியை அம்மா கேட்கவில்லை. இப்படி ஒரு கேள்வியைக் கேட்டு அதன் காரணத்தால் டீச்சர் தியாவை மேலும் புறக்கணித்தால் என்ன செய்வது? இதுதான் அம்மாவின் பயம்.

டீச்சர் சொல்வதையெல்லாம் தியா கேட்டுக்கொண்டிருந்தாள். தன்னைப்பற்றி அம்மாவிடம் அடுக்கடுக்காகக் குற்றம் சொல்லிக்கொண்டிருக்கும் டீச்சர் மீது அவளுக்குக் கோபம் கோபமாக வந்தது. அவளுக்கு வகுப்புக்குப் போகவே பிடிக்கவில்லை. டீச்சரின் வார்த்தைகளில் மனம் நொந்து அவளுக்கு அழுகை வந்தது.

பள்ளியிலிருந்து வரும்போது, மேற்கொண்டு தியாவை என்ன செய்வது என்று அம்மாவுக்குப் புரியவில்லை.

'தியாவை வேறு பள்ளிக்கு மாற்றினால் என்ன? எந்தப் பள்ளியில் சேர்ப்பது?'

அந்த நேரத்தில் அம்மாவின் மனதில் இப்படிப்பட்ட எண்ணங்கள் தோன்றின.

13

ஒன்றிரண்டு நாட்கள் கடந்து சென்றன. அம்மா, டீச்சரைப் பார்த்து வந்த பிறகு தியாவின் அழுகையும் பிடிவாதமும் மேலும் மேலும் அதிகரித்தன.

அவள் இப்படிச் செய்வதால், அப்பாவும் அம்மாவும் பொறுமை இழந்தார்கள். அவர்கள் ஒருவரை ஒருவர் குற்றம் சொல்லி பல நாட்கள் சண்டைபோட்டார்கள்.

இதற்கு ஒரு வழி கண்டுபிடித்தே ஆக வேண்டும். இல்லையென்றால் இருவருக்கும் பைத்தியம் பிடித்துவிடும். வீட்டில் நிம்மதியே இருக்காது. அப்பாவைப்போலவேதான் அம்மாவும் நினைத்தார்கள். ஆனால், பள்ளியை மாற்றுவதைத் தவிர வேறொரு வழியும் அவர்களுக்குத் தெரியவில்லை.

எல்லாப் பள்ளிகளிலும் குழந்தைகளைச் சேர்த்து முடித்துவிட்ட பிறகு இனி எந்தப் பள்ளியில் சேர்ப்பது? இது ஒரு பெரிய பிரச்சினைதான். எந்த முடிவும் எடுக்க முடியாமல் குழம்பிக்கொண்டிருந்தபோதுதான் ஆசிரியர் ராஜு அவர்கள் கடைக்கு வந்தார். ஆசிரியரின் முகத்தைப் பார்ப்பதற்கு தியாவின் அப்பாவுக்கு சற்று தயக்கமாக இருந்தது.

முன்பு ராஜு சார், தான் பணிபுரியும் அரசுப் பள்ளியில் தியாவைச் சேர்க்கும்படி மிகவும் வற்புறுத்தினார். பள்ளிச் சேர்க்கை நடைபெறும் நேரத்தில் வருகிறேன் என்று தியாவின் அப்பா உறுதியளித்தார் என்றாலும் பிறகு அப்படிச் செய்யவில்லை.

ராஜு சார் ஆள் விட்டு அப்பாவுக்கு நினைவுபடுத்தினார். ஆயினும் தியாவின் அப்பா அவளை கான்வெண்ட் பள்ளியில்தான் சேர்த்தார். அதன் பிறகு இப்போதுதான் ராஜு சார் கடைக்கு வருகிறார். பொருட்களையெல்லாம் கட்டிய பிறகு தியாவின் அப்பா சொன்னார்:

"தியா அந்தப் பள்ளியில்தான் படிப்பேன் என்று பிடிவாதம் பிடித்தாள். அதனால்தான் உங்களைப் பார்க்க வரவில்லை. நீங்கள் ஒன்றும் தவறாக நினைத்துக்கொள்ளாதீர்கள்."

"நான் ஏன் தவறாக நினைத்துக்கொள்ளப்போகிறேன். அன்று நீங்கள் உங்கள் கஷ்டங்களைப்பற்றிச் சொல்லிக்கொண்டிருந்தபோது, தியாவை எங்கள் பள்ளியில் சேருங்கள் என்று சொன்னேன், அவ்வளவுதான். எங்கள் பள்ளியில் படித்தால் கட்டணம் தேவையில்லை. சீருடையும் புத்தகங்களும் பள்ளியிலேயே இலவசமாகத் தருவார்கள். குழந்தைகளுக்கு மதிய உணவும் உண்டு. வேண்டுமென்றால் சாப்பிடலாம். இப்படியெல்லாம் எங்கள் பள்ளியில் வசதிகள் இருக்கின்றன என்று சொன்னேன்." ராஜு சார் சற்று நிறுத்தி, பணம் எடுத்துக் கொடுத்துவிட்டு மீண்டும் சொன்னார்:

"அந்தக் காலம்போல அல்ல. கான்வெண்ட் பள்ளிகளைப்போல எங்கள் பள்ளி அழகாக இருக்காது என்றாலும், அங்கே எல்லா வசதிகளும் உண்டு. வெகு தூரத்திலிருந்துகூட பிள்ளைகள் எங்கள் பள்ளிக்கு வருகிறார்கள். எங்கள் பள்ளிக்குச் சொந்தமான இரண்டு பஸ் ஓடுவதைப் பார்த்திருக்கிறீர்கள்தானே?"

அப்போது தியாவின் அம்மா சொன்னார்கள்:

"எல்லாம் எங்களுக்குத் தெரியும், சார். எல்.கே.ஜி.யும் யு.கே.ஜி. யும் அந்தப் பள்ளியில் படித்ததால், தோழிகளையெல்லாம் விட்டுவிட்டு புதிய பள்ளியில் சேர தியாவுக்கு விருப்பம் இல்லை. அதுதான் காரணமே தவிர, உங்கள் பள்ளி பிடிக்காததால் அல்ல. ஆனால், இப்போது பெரிய பிரச்சினையாக இருக்கிறது."

"என்ன ஆயிற்று?"

மிகவும் ஏமாற்றத்துடன் அப்பா சொன்னார்:

"பொழுது விடிந்தால், பள்ளிக்குப் போக மாட்டேன் என்று சொல்லி கத்திக் கதறி அடம்பிடிக்கிறாள். என்ன செய்வதென்று தெரியவில்லை. குடும்பச் செலவுக்கே பணம் இல்லாமல் கஷ்டப்படுகிறோம். இந்த நிலையில் பள்ளிக் கட்டணத்துக்கும் புத்தகத்துக்கும் பத்தாயிரம் ரூபாய் செலவு செய்துவிட்டோம்."

"சார், தியாவை இனி உங்கள் பள்ளிக்கு மாற்ற முடியுமா?" அம்மா கேட்டார்கள்.

"எங்கள் பள்ளியில் சேர்ப்பதில் பிரச்சினை ஒன்றுமில்லை. ஆனால் நீங்கள் அங்கே கட்டிய கட்டணமும் புத்தகத்துக்கான பணமும் போய்விடுமே?"

அம்மாவும் அப்பாவும் சேர்ந்து சொன்னார்கள்:

"அது பரவாயில்லை, சார். போனால் போகட்டும்."

"குழந்தை சம்மதிப்பாளா?"

"பக்கத்து வீட்டில் உள்ள குழந்தை உங்கள் பள்ளியில்தான் ஒன்றாம் வகுப்பு படிக்கிறாள். அவளுடன் அங்கே படிக்க வேண்டும்

என்று சொல்லிதான் தியா இப்போது அழுதுகொண்டிருக்கிறாள். இனிமேல் உங்கள் பள்ளியில் சேர்க்க முடியுமா, சார்? இதில் உங்களுக்கு ஏதும் கஷ்டம் இருக்குமா?" தியாவின் அப்பா சொல்லி முடிக்கும் முன்பு ராஜு சார் சொன்னார்:

"எனக்குக் கஷ்டம் ஒன்றும் இல்லை. நான் பார்த்துக்கொள்கிறேன். சீருடையும் புத்தகங்களும் பள்ளியிலேயே தருவார்கள். ஆனால் ஒரு விஷயம். நீங்கள் நன்றாக யோசித்து முடிவு செய்ய வேண்டும். அதற்காக நீங்கள் மிகவும் தாமதமாக்கிவிடாதீர்கள். முடிந்தால் நாளையே குழந்தையை அழைத்துக்கொண்டு பள்ளிக்கு வாருங்கள்."

அப்பாவுக்கும் அம்மாவுக்கும் இந்த விஷயத்தில் யோசிக்க ஒன்றுமில்லை. முடிந்தளவு விரைவாக தியாவை வேறு பள்ளிக்கு மாற்ற வேண்டும் என்பதுதான் அவர்களது எண்ணம்.

"நாளை காலை பள்ளி திறக்கும்போது தியாவும் நானும் அங்கே இருப்போம், சார்!" தியாவின் அப்பா உடனே சொன்னார்.

"மகளைக் கொஞ்சம் பார்த்துவிட்டுப் போகிறீர்களா, சார். உங்களுக்கு நேரம் இருக்கிறதா? அவளைக் கூப்பிடட்டுமா?"

"ஓ, அதற்கென்ன, கூப்பிடுங்கள்." ஆர்வத்துடன் சொன்னார் ராஜு சார்.

தியாவை அழைப்பதற்காக அம்மா உள்ளே சென்றார்கள்.

அறைக்குள் தியாவும் அப்புவும், சோறும் குழம்பும் வைத்து விளையாடிக்கொண்டிருந்தார்கள். அம்மா வந்து அழைத்தபோது அவள் முதலில் தயங்கினாள்.

"கார்த்திகா படிக்கும் பள்ளியில் உன்னையும் சேர்க்க ஒரு சார் வந்திருக்கிறார். உன்னைப் பிடித்திருந்தால்தான் சேர்த்துக்கொள்வார். விருப்பமிருந்தால் சீக்கிரமாக வா. அவர் போய்விட்டால் பிறகு காரியம் நடக்காது."

"நீங்கள் உண்மையாகவேதான் சொல்கிறீர்களா, அம்மா? நிஜமாகவே என்னை வேறு பள்ளியில் சேர்க்கப்போகிறீர்களா? சும்மா பொய் சொல்லி என்னை ஏமாற்றாதீர்கள்."

"நானா பொய் சொல்கிறேன். வேண்டுமென்றால் கடையில் வந்து பார்."

அம்மா அவ்வளவு உறுதியாகச் சொன்னாலும் நம்பிக்கை இல்லாமல், அவள் தயங்கித் தயங்கி அம்மாவின் பின்னால் கடைக்கு வந்தாள்.

அவளைப் பார்த்ததும் ராஜு சார் கேட்டார்:

"பாப்பா, எங்கள் பள்ளிக்கூடத்தில் படிக்க வருகிறாயா?"

"கார்த்திகா படிக்கும் பள்ளிக்குத்தானே? நான் வருகிறேன், சார்!" தியா மகிழ்ச்சியுடன் சொன்னாள்.

அடுத்த நொடியே அவள் அப்பாவிடம் திரும்பிக் கேட்டாள்:

"அப்பா, என்னையும் அங்கே சேர்த்துவிடுங்கள், அப்பா. ப்ளீஸ் அப்பா! அங்கே சேர்த்தால், பள்ளிக்குச் செல்ல மாட்டேன் என்று நான் அடம்பிடிக்கவே மாட்டேன். அழவே மாட்டேன். எனக்கு அங்கே படிப்பதற்குத்தான் விருப்பம்." அவள் உறுதியாகச் சொன்னாள்.

அவளது பேச்சையும் நடந்துகொள்ளும் முறையையும் பார்த்தபோது, குழந்தைகளின் மனதை அறிந்த அந்த ஆசிரியருக்கு ஒரு விஷயம் புரிந்தது. 'இந்தச் சிறுமி கெட்டிக்காரி. இவள் மீது கொஞ்சம் கவனம் வைத்தால் நன்றாக வருவாள். இவள் மேலே வருவதற்கு வாய்ப்பு ஏற்படுத்திக் கொடுக்க வேண்டும், அவ்வளவுதான்.'

தியா, பள்ளிக்குப் போக மாட்டேன் என்று தினமும் பிரச்சினை செய்கிறவள். வகுப்பில் யாரிடமும் பேசாமல் ஒதுங்கியிருப்பாள். படிப்பதற்கு அவளுக்கு ஆர்வமே இல்லை. இப்படிப்பட்டவளைத் திருத்துவதற்கு ஆசிரியர் என்ன மந்திரம் வைத்திருக்கிறார்?

14

தியா, புதிய பள்ளிக்கூடத்தின் வகுப்புக்கு முன்னேரத்திலேயே வந்துவிட்டாள். அதனால் நிறையக் குழந்தைகள் அவளிடம் அறிமுகமாக வந்தார்கள்.

வகுப்பில் புதிய மாணவியாக தியா சேர்ந்திருப்பதால், அவளிடம் பேசுவதற்கு எல்லாக் குழந்தைகளும் ஆர்வம் காட்டினார்கள். சற்று நேரத்திலேயே அனைவரின் பெயரும் தியாவின் மனதில் பதிந்துவிட்டது. ஷப்னா, அப்சல், வைசாக், அம்புலி, கிரீஷ்மா, கவிதா, சூரஜ், ரேஷ்மா... அவர்களெல்லாம் முன்பே தியாவுடன் பழகியவர்களைப்போல நெருக்கம் காட்டினார்கள்.

மிக சீக்கிரமே தியா, பள்ளியையும் அங்கு படிக்கும் குழந்தைகளையும் விரும்பத் தொடங்கினாள். அசெம்பிளிக்குப் போகும் முன்பே அவள் குழந்தைகளோடு குழந்தையாக ஒன்றியிருந்தாள். பழைய பள்ளி பற்றிய விஷயத்தையே அவள் மறந்துவிட்டாள். தான் இருப்பது புதிய பள்ளி என்ற எண்ணமே அவளுக்குஇல்லை. அந்தளவுக்கு அவள் அந்தச் சூழலுடன் கலந்துவிட்டாள்.

அசெம்பிளிக்குப் பிறகு குழந்தைகளுடன் தியாவும் உற்சாகத்துடன் வகுப்பில் வந்து அமர்ந்தாள். ராஜு சார்தான் தியாவின் வகுப்பு ஆசிரியர். குழந்தைகளின் பின்னால் ராஜு சாரும் வகுப்புக்குள் வந்தார்.

அவர் வந்ததும் வகுப்பில் உள்ள எல்லாக் குழந்தைகளும் எழுந்து 'வணக்கம், சார்' என்று சொன்னார்கள். அவர்களுக்கு வணக்கம் தெரிவித்த ஆசிரியர் அனைவரையும் அமரச் சொன்னார். வருகைப் பதிவேடு பார்த்து ஒவ்வொருவராகப் பெயர் சொல்லி அழைத்து முடித்த பிறகு ஆசிரியர் எழுந்தார். மேசையில் சாய்ந்து நின்று குழந்தைகள் அனைவரையும் பார்த்தார். அப்போது வகுப்பு அமைதியாக இருந்தது.

"இன்று முதல் நம் வகுப்புக்கு ஒரு புதிய மாணவி வருகிறாள். நீங்கள் எல்லோரும் பார்த்தீர்களா?"

"பார்த்தோம், சார்!" சில குழந்தைகள் ஒரே குரலில் உரக்கச் சொன்னார்கள்.

"நீங்கள் எல்லோரும் அவளுடன் அறிமுகமாகிவிட்டீர்களா?"

"அறிமுகமாகிவிட்டோம், சார்!" அதே குரலில் குழந்தைகள் சொன்னார்கள்.

தாமதமாக வகுப்புக்கு வந்த குழந்தைகள் தியாவைப் பார்த்திருக்கவில்லை. அவர்களின் கண்கள் வகுப்பில் தியாவைத் தேடின.

"இங்கே வா, பெண்ணே!" இரண்டாவது பெஞ்சில் அமர்ந்திருந்த தியாவை ஆசிரியர் அழைத்தார். முதலில் சற்றுத் தயங்கினாலும் பிறகு அவள் பணிவுடன் ஆசிரியரிடம் சென்றாள். சற்றுப் பயத்துடனும் குழப்பத்துடனும் நின்றாள்.

"உன் பெயர் என்னவென்று எல்லோருக்கும் சொல்." ஆசிரியர் தியாவிடம் சொன்னார். வகுப்பில் உள்ள குழந்தைகள் அத்தனை பேரும் தன்னையே பார்க்கிறார்கள் என்று தியாவுக்குப் புரிந்தது. திகைப்பால் அவளுக்குப் பேச்சே வரவில்லை. கடைசியில் கஷ்டப்பட்டு சமாளித்துக்கொண்டு ஒருவிதமாக தன் பெயரைச் சொன்னாள்:

"என் பெயர் தியா!"

அவள் என்ன பெயர் சொன்னாள் என்று குழந்தைகளுக்குப் புரியவில்லை.

"சார், கேட்கவில்லை!" என்றாள் சுமிதா.

"நீ சொன்னது யாருக்கும் கேட்கவில்லை. நீ மீண்டும் ஒரு முறை உன் பெயரை உரக்கச் சொல், எல்லோரும் கேட்கட்டும்."

மீண்டும் பெயர் சொல்லும்படி ஆசிரியர் கேட்டபோது, எப்படியோ தைரியத்தை வரவழைத்துக்கொண்டு அவள் சற்று சத்தமாகச் சொன்னாள்:

"என் பெயர் தியா!"

"தியாவை வாழ்த்தி எல்லோரும் கைதட்டுங்கள்!" குழந்தைகளிடம் சொன்னார் ஆசிரியர்.

குழந்தைகள், தியாவைப் பார்த்து அன்புடன் சிரித்தவாறு போட்டிபோட்டு கைதட்டினார்கள். அப்போது தியாவின் முகம் மகிழ்ச்சியால் ரோஜாப்பூபோன்று மலர்ந்தது.

நீண்ட நேர கரகோஷத்துக்குப் பிறகு மனம் முழுதும் நிறைந்த மகிழ்ச்சியுடன் அவள் தன் இருக்கைக்குச் சென்று அமர்ந்தாள்.

கார்த்திகாவுக்கும் ரேவதிக்கும் நடுவில்தான் தியா அமர்ந்தாள்.

கார்த்திகா, அந்தளவு நன்றாகப் படிப்பவள் அல்லவென்று அவள் நோட்டுப்புத்தகத்தைப் பார்த்தாலே தெரியும். அவளது கையெழுத்து, எல்.கே.ஜி.யில் படிக்கும் குழந்தையின் கையெழுத்தைவிட மோசமாக இருந்தது.

அந்த நோட்டுப் புத்தகத்தில் அவள் எழுதியிருந்ததில் ஆசிரியர் நிறைய தப்பு போட்டிருந்தார். சிலவற்றில் ரைட் போட்டிருந்தார் என்றாலும் அதை வாசிக்க முடியவில்லை. எழுத்தாணி கொண்டு குத்திக் கீறியதைப்போல எழுதியிருந்தாள். தொடக்கத்தில் ஆசிரியர் நடத்திய பாடங்களையும், செய்த வீட்டுபாடங்களையும் ரேவதி தியாவுக்குக் காட்டினாள்.

ரேவதியின் கையெழுத்து பார்ப்பதற்கு மிகவும் அழகாக இருந்தது. அவளது புத்தகங்கள் கசங்காமல் கிழியாமல் இருந்தன.

'ரேவதியைப்போல அழகாக எழுத வேண்டும், புத்தகங்களையெல்லாம் கிழியாமல் பாதுகாப்பாக வைத்துக்கொள்ள வேண்டும்' என்று அப்போதே மனதில் உறுதிகொண்டாள் தியா. ஆனால் அதில் ஒரு பிரச்சினை இருந்தது.

அவள் படிப்பதற்கு அமரும்போது அப்புவும் பக்கத்தில் வந்து அக்கா படிக்கும் புத்தகம் வேண்டும் என்று அடம்பிடித்து அழுவான். பக்கங்கள் கிழிந்துபோகும்படி வேகமாகப் புரட்டிப் படம் பார்த்துவிட்டு, வாயில் வந்த வார்த்தைகளையெல்லாம் சொல்வான். படிக்கிறானாம்!

'இனி அவன் எவ்வளவுதான் அழுதாலும் புத்தகத்தைக் கொடுக்க மாட்டேன்' என்று நினைத்தாள் தியா. அவள் அப்புவின் மீது மிகவும் பாசம் கொண்டவள்தான். ஆயினும் அவனிடம் புத்தகத்தைக் கொடுத்தால் ஒரு ஏடுகூட மிஞ்சாது என்று அவளுக்குத் தெரியும்.

'ரேவதி எவ்வளவு அழகாகப் புத்தகங்களை வைத்திருக்கிறாள்! அப்புவால்தானே புத்தகங்களெல்லாம் கசங்கி அழுக்காகின்றன, கிழிகின்றன!'

அவள் எண்ணங்களைக் கலைத்தபடி ஆசிரியர் குழந்தைகளிடம் கேட்டார்:

"நான் இன்று உங்களுக்கு ஒரு கதை சொல்லவா?"

"சொல்லுங்க சார், சொல்லுங்க!" நிறையக் குழந்தைகள் ஒன்றாகச் சொன்னார்கள்.

ரேஷ்மாவும் கவிதாவும் ஆசிரியரை பாட்டு சொல்லிக்கொடுக்கும்படிக் கேட்டார்கள்.

தியா ஒன்றும் கேட்கவில்லை. நேரடியாக எதுவும் கேட்கக்கூடிய அளவு அவளுக்கு இன்னும் ஆசிரியருடன் நெருக்கம்

ஏற்படவில்லை. எதுவும் பேசாமல் அவள் எல்லாவற்றையும் கவனித்துக்கொண்டிருந்தாள்.

வகுப்பில் உள்ள குழந்தைகளின் செயல்களும் பேச்சும் அவளுக்கு மிகவும் சுவாரஸ்யமாக இருந்தன. குழந்தைகளின் விருப்பத்தின்படிதான் ஆசிரியரும் நடந்துகொண்டார். குழந்தைகள் அனைவருக்கும் ஆசிரியரை மிகவும் பிடித்திருந்தது.

அவளுக்கும் ராஜு சார் மீது அன்பும் மரியாதையும் ஏற்பட்டது. இது, புதிய பள்ளியின் முதலாவது நாள் என்ற நினைவே அவளுக்கு இல்லை.

"நான் ஒரு கதை சொல்கிறேன்!" குழந்தைகளின் கவனத்தை ஈர்த்தவாறு ஆசிரியர் சொன்னார்:

"என்ன கதை, சார்?" சூரஜ் கேட்டான்.

"விலங்குகளின் கதை சொல்லுங்கள், சார்!" என்றான் அப்துல்.

அப்துலைப்போன்று நிறையக் குழந்தைகள், விலங்குகளின் கதையே சொல்லும்படிக் கேட்டார்கள். மனிதர்களின் கதை வேண்டுமென்று யாரும் சொல்லவில்லை.

குழந்தைகளின் ஓசை அடங்கிய பிறகு ஆசிரியர் சொன்னார்:

"யானைக் கதை சொல்கிறேன்!"

"தையல்காரனும் யானையும் கதை வேண்டாம், சார். அந்தக் கதை கேட்டுச் சலித்துவிட்டது."

யானைக் கதை கேட்பதற்கு ஆர்வமற்ற ஷப்னா சொன்னாள்.

தையல்காரனும் யானையும் கதை தியாவுக்கும் தெரியும்.

எல்.கே.ஜி.யில் படிக்கும்போது காயத்ரி மிஸ் அந்தக் கதையைச் சொல்லியிருக்கிறார்கள். அந்தக் கதையை மறுபடியும் கேட்க அவளும் விரும்பவில்லை.

"தையல்காரனும் யானையும் கதை அல்ல. இது வேறு ஒரு யானைக் கதை!" ஆசிரியர் சொன்னார்.

"பெரிய தந்தமுடைய யானையின் கதையா, சார்?" யானை மீது விருப்பமுள்ள அப்சல் கேட்டான்.

"ஆமாம். நான் கதை சொல்லி முடித்த பிறகு உங்களிடம் கேள்வி கேட்பேன். நீங்கள் பதில் சொல்ல வேண்டும். அதனால் எல்லோரும் கவனமாக இந்தக் கதையைக் கேளுங்கள்."

"நாங்கள் சரியாக பதில் சொல்வோம், சார்!" குழந்தைகள் கவனமாக கதை கேட்க ஆயத்தமானார்கள்.

ஆசிரியர் கதை சொல்லத் தொடங்கினார்:

"ஒரு காட்டில் யானைக் கூட்டம் ஒன்று வாழ்ந்து வந்தது. அதில் ஒரு குட்டியானை இருந்தது. மிகவும் குறும்புக்கார குட்டியானை அது. அது எப்போதும் ஏதாவது குறும்பு செய்தபடியே இருக்கும். ஒரு நிமிடம்கூட ஒரு இடத்தில் அமைதியாக இருக்காது. அம்மா அப்பா எவ்வளவு சொன்னாலும் கேட்காது. காட்டில் இருக்கும் சிறிய மரங்களையெல்லாம் குத்திச்சாய்த்துவிடும். கோபம் வந்தால் பெரிய மரங்களைக்கூட வீழ்த்த முயற்சிக்கும்."

"குட்டியானை குறும்பு செய்யும்போது அம்மா யானை அதைக் கண்டிக்காதா?" ஷப்னா சந்தேகம் கேட்டாள்.

"யானைகள் பேசுமா, சார்?" குமரன் கேட்டான்.

"யானைகளுக்கு அவற்றின் மொழி இருக்கிறது" என்றார் ஆசிரியர்.

"யானைகள் நம்மைப்போலவா பேசிக்கொள்ளும்?" பார்வதி கேட்டாள்.

"யானைகளின் மொழி யானைகளுக்குத்தான் தெரியும்."

"உங்களுக்கு யானைகளின் மொழி தெரியுமா, சார்?" ஷப்னாவுக்கு மீண்டும் சந்தேகம்.

தியா, வகுப்பில் நடப்பது அனைத்தையும் கவனித்துக்கொண்டிருந்தாள்.

ஆசிரியரிடம் என்ன கேட்டாலும் அவருக்குக் கோபமே வரவில்லை. எல்லாவற்றுக்கும் அவர் சிரித்தபடிதான் பதில் சொல்கிறார். அடிக்கடி வகுப்பே குலுங்கிச் சிரிக்கும்படி தமாஷ் பேசுவார். ஆனால், யாரையும் கேலி செய்யமாட்டார். காயத்ரி மிஸ்ஸைப்போலவேதான். இடையில் சந்தேகங்கள் கேட்டு கதை தடைப்படும்போது அப்சல் பொறுமை இழந்தான்:

"சார், கதையைச் சொல்லுங்கள்!"

ஆசிரியர் கதையைத் தொடர்ந்தார்:

"எவ்வளவுதான் குறும்பு செய்தாலும் எல்லா யானைகளுக்கும் அந்தக் குட்டியானையைப் பிடிக்கும். இந்தக் குட்டியானை வளரும்போது பெரிய தந்தங்களுடைய அழகான ஆண் யானையாகும் என்று எல்லா யானைகளும் நினைத்தன. அப்படி இருக்கும்போது ஒரு நாள் நகரத்திலிருந்து கொஞ்சம் மனிதர்கள் காட்டுக்கு வந்தார்கள். அவர்களின் கைகளில் மண்வெட்டியும் கோடரியும் பெரிய கயிறும் இருந்தன."

கதை சொல்வதை நிறுத்திவிட்டு ஆசிரியர் கேட்டார்:

"அந்த மனிதர்கள் எதற்காக காட்டுக்கு வந்தார்கள் தெரியுமா?"

"காட்டில் இருக்கும் விலங்குகளைப் பார்ப்பதற்காக வந்திருப்பார்கள்." செல்வி சொன்னாள்.

"இல்லை. அவர்கள் யானைகளைப் பிடிப்பதற்காக வந்தார்கள்."

"யானைகள் அவர்களைக் குத்தாதா?" ஷப்னா கேட்டாள்.

"இல்லை. யானைகளை அவர்கள் தந்திரமாகப் பிடிப்பார்கள்."

"எப்படிப் பிடிப்பார்கள்?" மகேஷ் ஆவலாகக் கேட்டான்.

"பெரிய குழி வெட்டி அதில் யானையை விழச் செய்து பிடிப்பார்கள். எப்படி என்று கேள்விப்பட்டிருக்கிறீர்களா?"

"இல்லை, சார்!" குழந்தைகள் கூட்டமாகச் சொன்னார்கள்.

ஆசிரியர் தொடர்ந்து சொன்னார்:

"யானைகள் வழக்கமாகப் போகும் வழியில் ஒரு பெரிய குழி வெட்டுவார்கள். பிறகு குழிக்கு மேலே மெல்லிய பலகைத் துண்டுகளையும் மூங்கில் குச்சிகளையும் வைத்து குழியை மறைத்து, மேற்புறத்தில் புற்களைத் தூவி வைப்பார்கள். அப்போது அது சாதாரணப் பாதையைப்போன்றே இருக்கும். அங்கு குழி இருப்பதே தெரியாது. யானையைப் பிடிக்க வந்தவர்கள் அன்றும் இதுபோன்று ஒரு குழி வெட்டி வைத்தார்கள். யானைகள் வசிக்கும் இடத்துக்குப் பக்கத்தில் ஒரு நதி இருந்தது. அங்கே குளிப்பதற்கு வழக்கமாக யானைகள் வரும்.

"வழக்கம்போல யானைகள் கூட்டமாகக் குளிக்கப் புறப்பட்டன. குட்டியானை உற்சாகத்துடன் முன்னால் துள்ளிச் சென்றது. நடக்கும் வழியின் நடுவில் குழி இருக்கிறது என்று யானைகளுக்குத் தெரியவில்லை."

"குட்டியானை குழியில் விழுந்துவிடுமோ?" ஆவலை அடக்க முடியாமல் அப்சல் கேட்டான்.

"அம்மா அப்பாவின் பேச்சைக் கேட்காமல் முன்னால் ஓடிய குட்டியானைக்கு என்ன நடந்தால்தான் என்ன?" என்ற ஆசிரியர் குழந்தைகளின் முகத்தைப் பார்த்தார்.

"குட்டியானைக்கு என்ன நடந்தது? அது குழியில் விழுந்துவிட்டதா, சார்?" ஷப்னாவும் அப்சலும் ஒரே நேரத்தில் கேட்டார்கள்.

குட்டியானைக்கு என்ன ஆயிற்று என்று அறிவதற்கான ஆர்வம் எல்லாக் குழந்தைகளின் முகத்திலும் தெரிந்தது.

"குட்டியானை குழியில் கால் எடுத்து வைத்ததும், தொபுக்கடீர்... விழுந்துவிட்டது!"

"ஐயோ, பாவம்!" தங்களையறியாமல் சில குழந்தைகள்

முணுமுணுத்தார்கள். பல குழந்தைகளின் முகத்தில் வருத்தம் நிறைந்தது.

"அப்புறம் என்ன ஆயிற்று?" அப்சலால் தன் ஆவலைக் கட்டுப்படுத்த முடியவில்லை.

"கூட்டத்திலிருந்த யானைகளால் ஒன்றும் செய்ய முடியவில்லை. குட்டியானையின் அம்மா துயரத்துடன் பிளிறியபடியே நீண்ட நேரம் குழியைச் சுற்றிச்சுற்றி வந்தது..."

"அப்புறம்?" அப்சல் மீண்டும் கேட்டான்.

"குழியிலிருந்து மேலே ஏறுவதற்கு குட்டியானை மிகவும் பாடுபட்டுப் பார்த்தது. ஏறுவதற்கு எந்த வாய்ப்பும் இல்லை. இரவானபோது அது குழியில் சோர்ந்து படுத்துக் கிடந்தது."

"யானை பிடிக்க வந்த ஆட்கள் அப்போது என்ன செய்தார்கள்?" அர்ச்சனாவுக்குத் தெரிய வேண்டியது இதுதான்.

"மறுநாள் காலையிலேயே கயிற்றுடன் அவர்கள் வந்தார்கள்."

"அவர்கள் எப்படி குட்டியானையை குழியிலிருந்து மேலே ஏற்றுவார்கள்?" அர்ச்சனா பதற்றமாகக் கேட்டாள்.

"குழியின் விளிம்பில் உள்ள மண்ணை மெல்ல மெல்ல இடித்துச்சரித்து, குட்டியானை மேலே ஏறி வரும்படி அமைத்தார்கள்."

"அப்போது குட்டியானையின் மீது மண் விழுந்துவிடாதா?" மகேஸ்வரி கவலைப்பட்டாள்.

"மண்ணெல்லாம் விழும்தான், ஆனால் என்ன செய்வது? குழியிலிருந்து யானையை மேலே ஏற்ற வேண்டாமா?"

"அப்போது மற்ற யானைகள் எதுவும் செய்யவில்லையா?" சூரஜ் கேட்டான்.

"பட்டாசுகள் வெடித்தும் தகர டின்களில் தட்டி பேரோசை கிளப்பியும் அவர்கள் யானைகளை விரட்டியடித்தார்கள்."

"அடடா... பாவம், அப்போது குட்டியானைக்கு எவ்வளவு வேதனையாக இருந்திருக்கும்?" தியா துயரத்துடன் நினைத்தாள்.

மனிதர்களாக இருந்தாலும் விலங்குகளாக இருந்தாலும் கஷ்டப்படுவதைப் பார்த்தால் தியாவுக்குப் பொறுக்காது. அவள் மனது பட்டென்று உருகிவிடும்.

"அப்புறம்?" மிச்ச கதையைத் தெரிந்துகொள்ள அப்சல் அவசரப்பட்டான்.

"நீண்ட நேரம் முயற்சி செய்து அவர்கள் குட்டியானையைக் குழிக்கு மேலே கொண்டு வந்தார்கள். பிறகு உறுதியான கயிற்றால் அதைக் கட்டினார்கள். அப்புறம் லாரியில் ஏற்றி ஊருக்குக் கொண்டு சென்றார்கள்."

"சார், லாரியில் ஏற்றும்போது குட்டியானை ஓடிவிடாதா?" வீணா கேட்டாள்.

"குட்டியானை ஓடத்தான் முயன்றது. ஆனால், அசைய முடியாதபடி கயிற்றால் அதை உறுதியாகக் கட்டியிருந்தார்கள். எவ்வளவுதான் பாடுபட்டாலும் குட்டியானையால் கயிற்றை அறுக்க முடியவில்லை. இனி ஒருபோதும் கயிற்றை அறுக்க முடியாது என்று நினைத்து, ஏமாற்றத்திலும் துயரத்திலும் துவண்டுபோனது. அதன் பிறகு நான்கு மாதங்கள் கடந்தன. அந்தக் குட்டியானை தனக்கான இயல்பையும் திறமைகளையும் முற்றிலும் மறந்துவிட்டது. பிறகு எப்போதுமே அது கயிற்றை அறுக்க முயலவில்லை. யானைப்பாகன் சொல்வதைக் கேட்டு நடந்து, காட்டைப் பற்றி நினைத்துக்கொண்டே அது துயரத்துடன் நாட்டில் வாழ்ந்தது."

"அட பாவமே!" என்று வருந்தினாள் அனிதா.

"நீண்ட நாட்களுக்குப் பிறகு அது ஒரு பெரிய யானையானது. அதற்கு அப்போது, லேசாகச் சற்று இழுத்தாலே எந்தக் கயிற்றையும் அறுப்பதற்கான சக்தி இருந்தது. ஆனால் அது என்றுமே அந்தக் கயிற்றை அறுக்க முயற்சிக்கவில்லை. அதற்கு என்ன காரணம்? சிறிய குட்டியாக இருந்தபோது கயிற்றை அறுக்க பல முறை முயற்சித்தும் முடியாததால், கயிற்றை என்றுமே அறுக்க முடியாது என்ற எண்ணம் அதன் மனதில் ஆழமாகப் பதிந்துவிட்டது. அதன் திறமையை அது மறந்துவிட்டது. தன் பலத்தைப் பற்றி அதற்குத் தெரியவே இல்லை. அது மிகப் பெரிய யானையாக இருந்தபோதும் அந்த எண்ணம்தான் அதன் மனதில் இருந்தது."

கதை சொல்லி முடித்த ஆசிரியர், குழந்தைகளிடம் கேட்டார்:

"கதை உங்களுக்குப் பிடித்திருந்ததா?"

"பிடிச்சிருக்கு, சார்!" குழந்தைகள் ஒரே குரலில் சொன்னார்கள்.

"இந்தக் கதையிலிருந்து உங்களுக்கு என்ன புரிகிறது?" என்று ஷப்னாவைப் பார்த்து ஆசிரியர் கேட்டார்.

"அப்பா அம்மா சொல்வதைக் கேட்டு நடக்க வேண்டும். குறும்பு செய்யக் கூடாது. நல்ல பிள்ளையாக இருக்க வேண்டும்" என்றாள் ஷப்னா.

"அது மட்டுமல்ல, இன்னொன்றும் இருக்கிறது." ஆசிரியர் சொன்னார்.

கேள்வி கேட்பதில் ஷப்னா கெட்டிக்காரி. அவள் கேட்டாள்:

"அது என்ன, சார்?"

"குழந்தைகளான உங்களுக்கு நிறையத் திறமைகள் இருக்கின்றன. நீங்கள் அதைப் புரிந்துகொள்ள வேண்டும். எந்த

விஷயம் செய்யும்போதும் அது சரியாக வரவில்லை என்றால் மீண்டும் மீண்டும் செய்து பார்க்க வேண்டும். குட்டியானையைப்போல ஒருபோதும் முயற்சி செய்யாமல் இருந்துவிடாதீர்கள்.''

ஆசிரியரின் கதையும் குழந்தைகளிடம் அவர் மிகவும் அன்பாக நடந்து கொள்வதும் தியாவிடம் புத்துணர்ச்சியையும் தன்னம்பிக்கையையும் ஏற்படுத்தின.

'இனி நான் ஒருபோதும் மரமண்டையாக இருக்க மாட்டேன். நன்றாகப் படிப்பேன்!' என்று அவள் நினைத்தாள்.

15

நாட்கள் செல்லச் செல்ல, புதிய பள்ளியின் சூழ்நிலையையும் ராஜூ சாரின் சுவையான வகுப்புகளையும் தியா அதிகமாக விரும்பத் தொடங்கினாள். முன்புபோல பள்ளிக்குச் செல்ல அவள் ஒருபோதும் மறுக்கவில்லை. பள்ளிக்கு விடுமுறை வந்துவிட்டால் என்ன செய்வது என்பதுதான் இப்போது அவளது கவலை.

தினமும் காலையில் சீக்கிரம் எழுந்திருக்க வேண்டும் என்றும் பிறகு என்னென்ன செய்ய வேண்டும் என்றும் ராஜூ சார் வகுப்பில் சொல்லிக்கொடுத்திருந்தார்.

காலையில் தன்னைச் சீக்கிரமே எழுப்பிவிடும்படி அவள் அம்மாவிடம் சொல்லியிருந்தாள். ஆரம்ப நாட்களில் அம்மா எழுப்பிய பிறகும் அவள் சற்றுநேரம் சோம்பலாக கட்டிலிலேயே படுத்திருப்பாள். சொன்னபடி செய்ய அவளுக்கு ஆரம்பத்தில் சிரமமாக இருந்தது என்றாலும், ஐந்தாறு மாதங்களுக்குப் பிறகு அவளது சோம்பலெல்லாம் போய்விட்டது.

அம்மா எழுப்பாமலேயே அவள் காலையில் சீக்கிரம் எழுந்து தன் வேலைகளைப் பார்க்க ஆரம்பித்தாள்.

குறைந்த காலத்துக்குள் அவளிடம் ஏற்பட்ட மாற்றம் மிகவும் அதிசயமாக இருந்தது. பள்ளி விட்டு வந்து முன்புபோலப் பையை வீட்டில் எங்காவது போடும் அவளது வழக்கம் மறைந்தது. அவள் சீராக வேலைகள் செய்யத் தொடங்கியபோது அம்மா அப்பாவின் பாதிப் பதற்றம் குறைந்தது.

தியாவைப் பள்ளி மாற்றியது நல்லதுதான் என்று அப்பாவும் அம்மாவும் நினைத்தார்கள். அவளது ஒவ்வொரு நற்செயலையும் பார்க்கும்போது அம்மா அவளிடம் சொன்னார்கள்:

"என் மகளே, நீ இப்போது எவ்வளவு கெட்டிக்காரியாகிவிட்டாய்!"

அம்மாவின் வார்த்தைகளைக் கேட்டதாகக் காட்டிக்கொள்ளவில்லை என்றாலும், அவை அவள் மனதில் பெரும் மகிழ்ச்சியை ஏற்படுத்தின.

'நான் இனி எப்போதும் நல்ல பிள்ளையாக இருப்பேன். அப்பாவுக்கும் அம்மாவுக்கும் ஒருபோதும் கஷ்டம் கொடுக்க மாட்டேன்' என்று அவள் நினைத்துக்கொண்டாள்.

பள்ளிவிட்டு வந்த பிறகு அம்மா சொல்லாமலேயே வீட்டுப்பாடம் செய்யவும், அன்றன்று நடத்தும் பாடங்களைப் படிக்கவும் அவள் மிகவும் உற்சாகம் கொண்டாள்.

அந்த விஷயத்தைப் பற்றி அம்மா அவளுக்கு ஒருமுறையேனும் நினைவுபடுத்த வேண்டியிருக்கவில்லை. வகுப்பில் ராஜு சாரின் அன்பான நடத்தையும், நம்பிக்கையைத் தூண்டும் பேச்சுகளும் தியாவின் மனதை ஒவ்வொரு நொடியும் விழிப்படையச் செய்தன.

குழந்தைகளை மனப்பாடம் செய்யச் சொல்லாமல், அவர்களுக்குரிய திறமைகளை இதயத்தால் தொட்டு எழுப்பி, அவர்கள் உயரப் பறக்க உதவுவதையே ராஜு சார் செய்துவந்தார்.

ராஜு சார் ஒருபோதும் புத்தகங்களில் உள்ளதை அப்படியே வகுப்பில் நடத்துவதில்லை. படிக்க வேண்டியதன் அவசியத்தைப் பற்றியும், ஒரு விஷயத்தை மனதில் பதியவைப்பதற்கான வழிகளைப் பற்றியும் குழந்தைகளோடு குழந்தையாக மாறி அவர் பேசினார்.

குழந்தைகளிடம் பலவிதமான அசாத்தியத் திறமைகள் இருக்கின்றன என்று நம்புபவர்தான் ராஜு சார்.

நம்பிக்கையூட்டும் நல்ல வார்த்தைகளின் மூலமாக ஒவ்வொரு குழந்தையையும் உற்சாகப்படுத்துவதில் அவர் தனிப்பட்ட கவனம் கொண்டிருந்தார். குழந்தைகளைச் சோர்வடையச் செய்யும் எந்த வார்த்தைகளையும் அவர் வகுப்பில் பேசுவதில்லை. எந்தக் குழந்தை நல்ல காரியம் செய்தாலும் அதைப் பாராட்டி மகிழ்ந்து கொண்டாடுவார் அவர்.

நல்ல காரியங்கள் செய்து ஆசிரியரின் பாராட்டைப் பெறுவதற்கு குழந்தைகள் போட்டிபோட்டார்கள். அந்த விஷயத்தில் தியாவும் முன்னணியில் இருந்தாள்.

ஆசிரியரின் ஒவ்வொரு வார்த்தையையும் சரியாகப் புரிந்துகொள்ளும் திறமை தியாவிடம் எப்படியோ வளர்ந்திருந்தது.

நல்ல மதிப்பெண்கள் வாங்கி வெற்றி பெறுவதுடன், நல்ல குணமுடைய பிள்ளையாக வளர வேண்டும் என்று ஆசிரியர் சொன்னதை அவள் எப்போதும் ஞாபகம் வைத்துக்கொண்டாள்.

குழந்தைகள் நடக்கக் கற்றுக்கொள்ளும்போது எத்தனை முறை வீழ்ந்தாலும் மீண்டும் மீண்டும் எழுவதைப்போல, தேர்வில் மதிப்பெண்கள் குறைந்தாலும், வெல்லவேண்டும் எனும்

உறுதியுடன் படிக்க வேண்டும் என்றும் ஆசிரியர் சொல்லியிருக்கிறார். அதையும் தியா மறக்கவில்லை.

வகுப்பில் முதலாவதாக வரவேண்டும் எனும் பிடிவாதம் அவளுக்கு இருந்தது. ஆயினும் அவள் அதற்காக மட்டுமே படிக்கவில்லை. ராஜு சார் சொன்னதுபோலப் பாடங்களைப் புரிந்துகொண்டு படிக்கத் தொடங்கிய பிறகு தியாவுக்கு எதையும் மனப்பாடம் செய்ய வேண்டியிருக்கவில்லை. தவிர, படித்ததெல்லாம் அவள் மனதில் அப்படியே பதிந்திருந்தன.

தியா திறமைசாலி என்று ராஜு சாருக்குத் தெரியும். ஆசிரியர் சொல்வதை உடனே எழுதிக் காட்டுவதிலும் (Dictation) கேள்வி கேட்கும்போது பதில் சொல்வதிலும் தியாதான் எப்போதும் முன்னிலையில் இருந்தாள். அவளுக்கு அடுத்தபடி மகேஸ்வரி. வகுப்பில் நன்றாகப் படிப்பவள் என்று ஆசிரியருக்கு தியாவின் மீது தனிப்பட்ட அன்பு இருந்தது. அந்த அன்பு, ஆசிரியருக்கே தெரியாமல் தியாவிடம் நிறைய மாற்றங்களை ஏற்படுத்தியது.

தியா படிப்பில் கெட்டிக்காரியானவுடன் அவளுடன் நட்புகொள்ள வகுப்பில் உள்ள குழந்தைகள் போட்டிபோட்டார்கள். அவர்களுக்கிடையிலும், தியாவின் மீது பொறாமையும் வெறுப்பும் கொண்ட குழந்தைகள் இருந்தார்கள்.

யார் தன் மீது வெறுப்புகொண்டாலும் தியா அதைப் பொருட்படுத்தவில்லை. முதல் வகுப்பில் படிப்பவளாக இருந்தாலும், அதையெல்லாம் எதிர்கொள்வதற்கான தைரியம் அவளிடம் வளர்ந்திருந்தது. 'யாரையும் தோற்கடிக்க வேண்டும் என்பதற்காக அல்ல, மனதில் அன்பும் நல்ல எண்ணங்களும் கொண்டு, தான் வெல்ல வேண்டும் எனும் பிடிவாதத்துடன் படிக்க வேண்டும்' எனும் ஆசிரியரின் வார்த்தைகள் எப்போதும் தியாவின் மனதைத் தூண்டிக்கொண்டிருந்தன. பிறகு அவள் எப்படி ஜெயிக்காமல் இருப்பாள்?

16

பள்ளி ஆண்டுவிழா நெருங்கும்போது ராஜு சாருக்கு வேலைகள் மிகவும் அதிகமாகிவிட்டன. விழாவில் கலை நிகழ்ச்சிகள் நடத்துவதற்கான பொறுப்பு ராஜு சாருக்குத்தான். காலை ஒன்பது மணி முதல் மாலை நான்கு மணிவரை நடக்கும் விழாவில், அந்த ஊர் சட்டமன்ற உறுப்பினரும், பஞ்சாயத்து தலைவரும், பள்ளிக்குழந்தைகளின் பெற்றோர்களும் கலந்துகொள்வார்கள்.

கலை நிகழ்ச்சிகளில் கலந்துகொள்வதற்கு ஆர்வமுள்ளவர்கள் முதலிலேயே வகுப்பு ஆசிரியரிடம் பெயர் கொடுக்க வேண்டும். பெயர் கொடுத்த அனைவரையுமே நிகழ்ச்சிக்குத் தேர்வு செய்வார்கள் என்று சொல்ல முடியாது.

நடனத்துக்கு வேண்டுமென்றால் விருப்பமுள்ளவர்கள் சேரலாம். பள்ளியில் நடன ஆசிரியை நடனம் சொல்லிக்கொடுப்பார்கள். ஆனால், அதற்காக வாங்கும் உடைக்கு விலையாக ஆயிரம் ரூபாய் கொடுக்க வேண்டியிருக்கும்.

பெற்றோரின் அனுமதி வாங்குவதற்காக, விரிவான விவரங்கள் அச்சிடப்பட்ட ஒரு நோட்டீஸ் பள்ளியிலிருந்து குழந்தைகளிடம் கொடுத்து அனுப்பப்பட்டது. பெரும்பாலான குழந்தைகள் மகிழ்ச்சியுடன் அந்த நோட்டீஸை வீட்டுக்கு எடுத்துச் சென்றனர்.

வீட்டுக்கு வந்ததும் தியா உற்சாகத்துடன் நோட்டீஸை அப்பாவிடம் கொடுத்துவிட்டுச் சொன்னாள்:

"அப்பா, நான் டான்ஸில் சேர வேண்டும். என் நண்பர்கள் எல்லோரும் சேர்ந்திருக்கிறார்கள்."

"டான்ஸில் சேர வேண்டும் என்றால் ஆயிரம் ரூபாய் கொடுக்க வேண்டும். என்னிடம் இப்போது பணமில்லையே, மகளே. நாம் அடுத்த வருடம் சேர்ந்துகொள்ளலாம்." நோட்டீஸை வாசித்துப் பார்த்துவிட்டு அப்பா ஆர்வமில்லாமல் கூறினார்.

"முடியாது. நான் இந்த வருடமே சேரவேண்டும். நான் நிச்சயமாகக் கலந்துகொள்ள வேண்டும் என்று ராஜு சார் சொல்லியிருக்கிறார்." அவள் அடம்பிடித்தாள்.

"சொன்னால் உனக்கு ஏன் புரியவில்லை?" அவள் சிணுங்குவதைப் பார்த்தபோது அப்பாவுக்குக் கோபம் வந்தது.

"நீங்கள் அப்படிச் சொல்லாதீர்கள். என் வகுப்பில் எல்லாக் குழந்தைகளும் டான்ஸில் கலந்துகொள்கிறார்கள். நானும் சேர வேண்டும்." தியா விட்டுக்கொடுக்கவில்லை.

"பணம் கட்டத் தேவையில்லாத வேறு ஏதாவது நிகழ்ச்சியில் நீ கலந்துகொள்ள பெயர் கொடு. நான் வந்து ராஜூ சாரிடம் பேசிப் பார்க்கிறேன். நம்மிடம் பணம் இல்லாத காரணத்தால்தானே இப்படிச் சொல்கிறோம்." அம்மா தலையிட்டார்கள்.

"எனக்கு மிகவும் ஆசையாக இருக்கிறது, அம்மா. நான் உங்கள் காலைப் பிடித்துக் கேட்டுக்கொள்கிறேன்." காரியத்தை சாதித்துக்கொள்வதற்காக அவள் எப்போதும் பயன்படுத்தும் வசனத்தைப் பேசினாள்.

அம்மா எப்படியும் சம்மதிப்பார்கள் என்று எதிர்பார்த்தாள். ஆனால், அம்மா இந்த முறை ஒத்துக்கொள்ளவில்லை.

மகளை நடன நிகழ்ச்சியில் சேர்க்க வேண்டும் என்று அம்மாவுக்கு ஆசைதான். ஆனால் அதற்கு ஆயிரம் ரூபாய் கட்டக்கூடிய சூழ்நிலை இப்போது இல்லையே. பிறகு அம்மாவால் என்ன செய்யமுடியும்?

"எப்படியும் அடுத்த வருடம் உன்னை டான்ஸில் சேர்த்துவிடுகிறேன்." அம்மா உறுதியளித்தார்கள். இதைத் தவிர அம்மாவுக்கு வேறு வழியில்லை.

எவ்வளவு அடம்பிடித்தாலும் அம்மாவும் அப்பாவும் சம்மதிக்கவே மாட்டார்கள் என்று அவளுக்குப் புரிந்தது. உடை மாற்றிக்கொண்டு துயரத்துடன் அவள் கட்டிலில் குப்புறப் படுத்தாள். தேநீர் குடிக்க அம்மா மீண்டும் மீண்டும் கூப்பிட்டபோதும் அவள் அசையவில்லை.

தான் நடனத்தில் சேர்வதாக அவள் நிஷாவிடமும் நஸ்ரியாவிடமும் ஸ்ரீகலாவிடமும் சொல்லியிருக்கிறாள். அவர்களின் அப்பா அம்மாக்கள் நடனத்துக்கு பெயர் கொடுக்க சம்மதித்திருப்பார்கள்.

அவர்களெல்லாம் மேடையில் நடனமாடுவார்கள். தான் மட்டும் எதிலும் கலந்துகொள்ளாமல் பார்த்துக்கொண்டிருக்க வேண்டும். இதை நினைத்துப் பார்த்தபோது தியாவின் துயரம் பெருகியது. ஒவ்வொரு நொடியிலும் அது மேலும் அதிகரித்தது.

என்ன வேண்டுமென்று கேட்டாலும், அப்பாவும் அம்மாவும் நமக்குக் கடன் இருக்கிறது என்று சொல்வார்கள். எதற்காக அவர்கள் வீடு கட்டினார்கள்? அதானால்தானே எதுவும் வாங்கப் பணம்

இல்லாமல் இருக்கிறது. இனி வீட்டுக்கடன் எப்போதுதான் முடியும்? எதிலும் சேர்வதற்கு எப்போதும் பணம் இருக்காது. அதை நினைத்தபோது அவளுக்குக் கடுமையான கோபம் வந்தது.

"டான்ஸில் சேரவில்லை என்றால் நான் பள்ளிக்கூடத்துக்குப் போக மாட்டேன்!" அவள் கோபத்துடன் அம்மாவிடம் சொன்னாள்.

"அப்படிச் சொல்லாதே, மகளே..."

அம்மா சொல்லி முடிக்கும் முன்பே அவள் கத்தினாள்:

"எனக்கு ஒன்றும் வேண்டாம்!" கோபத்துடன் கட்டிலில் ஏறி குப்புறப் படுத்து, கண்கள் மூடி அழத் தொடங்கினாள்.

அவளை சமாதானப்படுத்துவதற்காக அம்மா சொன்ன வார்த்தைகள் எதுவும் அவள் காதில் விழவில்லை. நீண்ட நேரம் அழுது அழுது தன்னையறியாமல் அவள் தூங்கிப்போனாள்.

17

காலையில் தியா மிகவும் சோர்வாக எழுந்தாள். அம்மா அப்பாவின் மீதான வருத்தத்தின் காரணத்தால் வீட்டுப்பாடமும் செய்யவில்லை.

அவள் சரியாகச் சாப்பிடவுமில்லை. அம்மா எவ்வளவுதான் எடுத்துச் சொன்னாலும் அதையெல்லாம் அவள் கேட்டதாகவே காட்டிக்கொள்ளவில்லை.

அழுவதைவிடவும் அடம்பிடிப்பதைவிடவும் அம்மாவின் மனதைக் கரைய வைப்பதற்கு ஒரே வழி, எதுவும் பேசாமல் வாடிய முகத்துடன் இருப்பதுதான். அப்போது அம்மாவின் மனம் உருகும். இது அவளுக்கு நன்றாகத் தெரியும்.

சில நேரங்களில் தன் விருப்பத்தை நிறைவேற்றிக்கொள்வதற்காக அவள் அப்படிச் செய்வதுண்டு. அப்படிச் செய்யும்போது கடைசியில் அம்மா மனம் கனிந்துவிடுவார்கள். பள்ளிக்குப் புறப்படும்வரையில் அவள் எதிர்பார்த்திருந்தாள். ஆனால், எந்தப் பயனும் ஏற்படவில்லை.

மிகவும் ஏமாற்றத்துடன்தான் அவள் அன்று பள்ளிக்குச் சென்றாள்.

அவள் எதிர்பார்த்ததைப்போல எல்லா தோழிகளும் நடனத்தில் சேர அனுமதிக்கப்பட்டிருக்கவில்லை. சில பெற்றோர்கள்தான் அனுமதித்திருந்தார்கள். இதை அறிந்தபோது தியாவின் பாதி வருத்தம் போய்விட்டது.

நடனத்தில் சேர முடியாததால் நஸ்ரியாவுக்கும் ஸ்ரீகலாவுக்கும் பெரிய வருத்தம் ஏதுமில்லை.

இரண்டு நாட்களுக்குப் பிறகு நடன ஒத்திகை ஆரம்பித்தது. வகுப்பு இருக்கும் நேரத்தில்தான் நடன ஒத்திகையும் நடந்தது.

இடையில் ஒரு நாள் நண்பர்களுடன் தியாவும் நடன ஒத்திகை பார்க்கச் சென்றாள். 'டிங்கிரி... டிங்கிரி... டிங்கிரி பட்டாளம்' எனும் திரைப்படப் பாடலை ஒலிக்கவிட்டுத்தான், நடன ஆசிரியை நடனம் கற்பித்துக்கொண்டிருந்தார்கள்.

நடனத்தைப் பார்த்துக்கொண்டிருக்கும்போது, அவர்களுடன் சேர்ந்து அடி வைத்து ஆட தியாவுக்கு மிகவும் ஆசையாக இருந்தது.

அந்த நேரத்தில் அவளுக்கு ஒத்திகையில் ஈடுபட்டிருக்கும் குழந்தைகள் மீது பெரிய பொறாமையும், நடனத்தில் சேர அனுமதிக்காத அப்பா அம்மாவின் மீது கோபமும் ஏற்பட்டது.

ராஜு சாருக்கு, வகுப்பில் உள்ள எல்லாக் குழந்தைகளின் திறமைகளைப் பற்றியும் தெரியும்.

நிறையக் குழந்தைகளுக்கு கதை சொல்லவும் பாட்டுப் பாடவும் தெரியும். ஆனால் பெரும்பாலோர் மேடையேறத் தயங்குவார்கள்.

ஒரு நாள் மதிய நேர வகுப்பில் பாட்டு, நாட்டுப்புறப் பாட்டு, கவிதை சொல்வது ஆகிய நிகழ்ச்சிகளுக்கு ராஜு சாரே குழந்தைகளைத் தேர்வு செய்தார்.

"தியா, நீ ஒரு கதை சொல்ல வேண்டும்!" எதிலும் ஆர்வம் காட்டாமல் ஒதுங்கி அமர்ந்திருக்கும் தியாவிடம் ஆசிரியர் சொன்னார்.

"எந்தக் கதை சொல்வது, சார்?" குழப்பத்துடன் எழுந்து நின்ற தியா கேட்டாள்.

"இப்போது தெரியவில்லை என்றாலும் பரவாயில்லை. இன்று சனிக்கிழமைதானே, நீ திங்கட்கிழமை வரும்போது ஒரு கதை படித்துவிட்டு வா" என்றார் ஆசிரியர்.

அவளால் ஒரு கதையைத்தான் நன்றாகச் சொல்லமுடியும். அந்தக் கதையை ராஜு சார் அவளை வகுப்பில் சொல்ல வைத்திருக்கிறார். அன்று அவள் கதை சொல்லி முடித்தபோது ஆசிரியரும் எல்லாக் குழந்தைகளும் கை தட்டிப் பாராட்டினார்கள். வகுப்பில் உள்ள எல்லாக் குழந்தைகளுக்கும் அந்தக் கதை தெரியும்.

'மீண்டும் அந்தக் கதையை சொன்னால் எந்த சுவாரஸ்யமும் இருக்காது, எல்லோருக்கும் சலிப்பாக இருக்கும்' என்று நினைத்தாள் தியா.

"நான் பாட்டுப் பாடுகிறேன், சார்!" கதை சொல்வதைத் தவிர்த்துவிட தியா முயன்றாள். அவளுக்கு நன்றாகக் கதை சொல்லத் தெரியும். குழந்தைகளுக்குக் கதை சொல்லும் ஒரு நிகழ்ச்சி சுட்டி தொலைக்காட்சியில் இருந்தது. அவளுக்கு அது மிகவும் பிடித்திருந்தது. அந்த நிகழ்ச்சியைப் பார்த்துதான் அவள் கதை சொல்லக் கற்றுக்கொண்டாள். வகுப்பில் கதை சொன்ன அந்த நாள் அவளுக்கு நன்றாக நினைவிருக்கிறது.

வனிதா எனும் பெண்கள் பத்திரிகையின் சிறார் பகுதியில், 'தம்பலீனா' எனும் கதை வெளிவந்திருந்தது. அதைத்தான் அன்று

அவள் சொன்னாள். அம்மாதான் அந்தக் கதையை அவளுக்குப் படித்துக் காட்டினார்கள்.

அவள் கதை சொல்லும்போது வகுப்பு அமைதியாக இருந்தது. எப்போதும் ஏதாவது பேசிக்கொண்டிருக்கும் அப்சல்கூட அன்று அமைதியாகக் கதை கேட்டான். எல்லோரும் அவள் கதையைக் கவனமாகக் கேட்டார்கள்.

"நீ கதை சொன்னால் போதும், தியா. கதை சொல்லத்தான் ஆள் இல்லை. உனக்குத்தான் நன்றாகக் கதை சொல்லத் தெரியுமே." அவளது யோசனையைக் கலைத்து உற்சாகமூட்டும் ஆசிரியரின் நல்ல வார்த்தைகளுக்கு கடைசியில் அவள் கட்டுப்பட்டாள்.

பிறகு அவள் எதுவும் பேசவில்லை.

கவிதை சொல்வதற்கு ஆசிரியர் மகேஸ்வரியைத் தேர்ந்தெடுத்தார். அவளுக்கு நன்றாக கவிதை சொல்லத் தெரியும்.

வகுப்பில் மகேஸ்வரி, 'மாம்பழம்' எனும் ஒரு கவிதை சொல்லியிருக்கிறாள். தியாவுக்கு அந்தக் கவிதை மிகவும் பிடித்திருந்தது. மகேஸ்வரியின் அம்மா வேறு பள்ளியில் ஆசிரியையாக இருக்கிறார்கள். தன் அம்மாவுக்கு நன்றாகக் கவிதை சொல்லத் தெரியும் என்று அவள் தியாவிடம் கூறியிருக்கிறாள். அவள் அம்மாதான் அவளுக்கு கவிதை சொல்லக் கற்றுக்கொடுத்தார்களாம்.

மகேஸ்வரி, தியாவுக்கு நல்ல தோழி. அவர்கள் இருவரும்தான் வகுப்பில் எப்போதும் முதலாவதாக வருவார்கள். மகேஸ்வரிக்கு சில தேர்வுகளில் கணக்கில் மதிப்பெண்கள் குறையும். ஆனால், அவளுக்கு மலையாளத்தில் ஒருபோதும் மதிப்பெண் குறையாது. அவளுக்கு இப்போதே கதைப் புத்தகங்களைத் தவறு இல்லாமல் வாசிக்கத் தெரியும்.

மகேஸ்வரி புத்தகம் வாசிப்பதைப் பார்க்கும்போது, 'என் அம்மாவும் டீச்சராக இருந்தால் எனக்கு எல்லாம் சொல்லிக்கொடுப்பார்கள்' என்று தியா நினைப்பாள். வீட்டுக்கு வந்த பிறகும் அவள் மனம் முழுதும், 'என்ன கதை சொல்வது?' என்ற சிந்தனைதான் இருந்தது.

அப்பாவிடம் சொன்னபோது அவர் ஆர்வமற்றுச் சொன்னார்: "பொம்மை சிறுவர் பத்திரிகையிலிருந்து ஒரு கதை சொல். அதில் நிறையக் கதைகள் இருக்கின்றனதானே."

அதைக் கேட்டபோது தியாவுக்குக் கோபம் வந்தது. பொம்மையில் வருவது எல்லாம் குட்டிக்குட்டி கதைகள். யு.கே.ஜி., எல்.கே.ஜி. குழந்தைகளுக்கான பத்திரிகை அது. நான் இன்னும் எல்.கே.ஜி. பத்திரிகை படித்துக்கொண்டிருக்கிறேன் என்றா அப்பா நினைக்கிறார்? இந்த அப்பாவுக்கு ஒன்றும் தெரியவில்லை. அம்மாவிடம் சொன்னபோது அவர்கள் சொன்னார்கள்:

"உனக்குத் தெரிந்த தம்பலீனா கதையைச் சொன்னாலே போதும். அந்தக் கதையைச் சொல்வதாக இருந்தால் நீ புதிதாகக் கதை படிக்கவேண்டியதில்லையே."

"அந்தக் கதையைத்தான் ஏற்கெனவே சொல்லிவிட்டேனே. எத்தனை முறை ஒரே கதையைச் சொல்வது? அது என்னால் முடியாது." அவள் கோபத்துடன் சொன்னாள்.

"சரி, வேண்டாம். நீ புதிய கதையே சொல். பழைய வனிதாவில் நல்ல கதை இருக்கும். நான் இரவு தேடி எடுத்துவைக்கிறேன்."

"எனக்கு இப்போதே வேண்டும், அம்மா!" தியா கட்டாயப்படுத்தினாள்.

"இவள் என்ன இப்படிச் செய்கிறாளே! என்ன சொன்னாலும் உடனே நடக்க வேண்டும் என்று அடம்பிடிக்கிறாளே! பெரிய கஷ்டம்தான்!" அடுக்கி வைத்த பழைய வனிதா பத்திரிகைகளில் கதைகள் தேடிக்கொண்டே அம்மா சொன்னார்கள்.

அதிர்ஷ்டம்! அம்மா அதிக நேரம் தேட வேண்டியிருக்கவில்லை. அம்மா மனதில் என்ன கதையை நினைத்துக்கொண்டு தேடினார்களோ, அந்தக் கதை இடம்பெற்ற வனிதா பத்திரிகை கிடைத்துவிட்டது.

அம்மா அந்தக் கதையின் தலைப்பை வாசித்தார்கள்:

"பினாச்சியோ!"

பிறகு அம்மா, "வேலைகளையெல்லாம் முடித்துவிட்டு வந்து உனக்கு வாசித்துக்காட்டுகிறேன்" என்று சொல்லிச் சென்றார்கள்.

அந்தக் கதையை அம்மா அவளுக்கு அந்தக் காலத்திலேயே சொல்லியிருக்கிறார்கள். ஒரு மரக்கட்டை, மனிதச் சிறுவனாக மாறும் கதை. போக்கிரிப் பையனாக இருந்து திருந்தி, நல்ல காரியங்கள் செய்யும் பினாச்சியோவை அவளுக்குப் பிடிக்கும். சின்ட்ரெல்லாகதையில்வரும் தேவதையைப்போலவே, பினாச்சியோ கதையிலும் ஒரு தேவதை வருவாள். 'சின்ட்ரெல்லாவுக்கும் பினாச்சியோவுக்கும் உதவி செய்ய தேவதைகள் இருக்கிறார்கள். எனக்கு உதவி செய்ய மட்டும் ஏன் எந்த தேவதையும் வரவில்லை?'

'நடன நிகழ்ச்சி நடக்கும்போது ஒரு தேவதை வந்து, பளபளவென்று மின்னும் உடைகளெல்லாம் எனக்குத் தந்து மேடையேற்றிவிட்டால் எப்படி இருக்கும்!'

அந்தக் காட்சியை அவள் கற்பனை செய்தாள். மனதில் மகிழ்ச்சி நிறைந்தது. வேலைகளெல்லாம் முடிந்து அம்மா வரும்வரை காத்திருக்க அவளுக்குப் பொறுமை இல்லை. ஒவ்வொரு எழுத்தாகச் சேர்த்துப் படித்து அவள் அந்தக் கதையை வாசிக்க ஆரம்பித்தாள்.

'ஒரு இடத்தில் அழகான பேசும் மரக்கட்டை ஒன்று இருந்தது...'

18

கண்ணிமைக்கும் நேரத்தில் பத்துப் பதினைந்து நாட்கள் கடந்து சென்றுவிட்டிருந்தன. இதற்கிடையில் தியா அந்தக் கதை முழுவதையும் மனப்பாடமாக்கியிருந்தாள். இரண்டு மூன்று முறை அம்மாவின் முன்னால் ஒரு வார்த்தையையும் விட்டுவிடாமல் மிகச் சரியாக அந்தக் கதையைச் சொல்லிக்காட்டியிருந்தாள்.

ராஜூ சாரின் முன்பும் எந்தப் பயமும் பதற்றமும் இல்லாமல் அந்தக் கதையைச் சொன்னபோது அவளுக்கு தன்னம்பிக்கை அதிகரித்தது.

அவளது கதை சாருக்கு மிகவும் பிடித்திருந்தது. அவள் முதுகில் தட்டி, 'வெரிகுட்!' என்று சொல்லிப் பாராட்டினார். 'இப்போது என்னிடம் சொன்னதுபோலவே மேடையிலும் இந்தக் கதையைச் சொல்ல வேண்டும்' என்றார்.

அம்மாவிடமும் சாரிடமும் வெட்கமோ கூச்சமோ இல்லாமல் இந்தக் கதையைச் சொல்லிக்காட்டிவிட்டாள் என்றாலும், மேடையில் ஏறி கதை சொல்வதைப் பற்றி நினைத்துப் பார்த்தபோது தன்னையறியாமல் அவளுக்கு தீடீரென்று ஒரு பயம் ஏற்பட்டது. இப்படி தான் பயப்படுவோம் என்று அவளே எதிர்பார்க்கவில்லை. மேடையேறி தன்னால் நன்றாக நடனமாட முடியும், பாட்டுப்பாட முடியும், கதை சொல்ல முடியும் என்றெல்லாம் அவள் நம்பிக்கையுடன் நினைத்துக்கொண்டிருந்தாள். அப்போதெல்லாம் அவளுக்குப் பயம் இல்லை. ஆனால் விழா நாள் நெருங்க நெருங்க, எங்கிருந்தோ வந்த அச்சம் அவளை விழுங்கியது.

மேடையேறுவதற்கான பயத்தால் அவள், 'கதை சொல்லும் நிகழ்ச்சியை ரத்து செய்துவிட்டால் நன்றாக இருக்குமே' என்றுகூட ஆசைப்பட்டாள்.

கடைசியில் அந்த நாளும் வந்தது.

அம்மா அப்பாவை கட்டாயம் அழைத்துக்கொண்டுதான் நிகழ்ச்சிக்கு வர வேண்டும் என்று ராஜூ சார் சொல்லியிருந்தார்.

பெரிய சபைக்கு முன்னால் தங்கள் மகள் மேடையில் நின்று

கதை சொல்வதைப் பார்ப்பதற்கு அவர்களுக்கும் ஆசை இருந்தது.

எந்தத் திறமையும் இல்லாதவள் என்று வேறு பள்ளிக்கு மாற்றப்பட்ட மகள், நல்ல மதிப்பெண்கள் வாங்கும்போது, மேடையில் ஏறி பாட்டுப் பாடும்போது எந்த அப்பா அம்மாவுக்குதான் மகிழ்ச்சியாகவும் பெருமையாகவும் இருக்காது?

நிகழ்ச்சியன்று காலையில் அவள் விழித்தெழும் முன்பே அப்பாவும் அம்மாவும் தயாராகிவிட்டார்கள். அப்பு, புதிய உடைகள் அணிந்து உற்சாகமாக இருந்தான்.

"அக்கா, நானும் உன் பள்ளிக்கூடத்துக்கு வருகிறேன்" என்று அவளிடம் சொன்னான் அப்பு.

நிகழ்ச்சிக்குப் போவதற்கு தியாவுக்கு உற்சாகமே இல்லை. அம்மாதான் அவளை ஆயத்தப்படுத்தினார்கள்.

அம்மா உடையணிவிக்கும்போது தியா சொன்னாள்:

"எனக்கு மயக்கமாக வருகிறது, அம்மா..."

நிகழ்ச்சிக்குப் போகாமல் இருப்பதற்கான தந்திரம்தான் அது என்று அம்மா புரிந்துகொண்டார்கள்.

ஆயினும் அவளிடம் அதைப்பற்றி ஒன்றும் சொல்லவில்லை. தெரியாததுபோன்று சொன்னார்கள்:

"இன்றைய நிகழ்ச்சியில் நீ நன்றாகக் கதை சொன்னால் உனக்கு நான் நல்ல பரிசு வாங்கித் தருகிறேன்."

"எனக்கும் வேண்டும்!" அதைக் கேட்டுக்கொண்டிருந்த அப்பு சொன்னான்.

"எனக்குப் பரிசு ஒன்றும் வேண்டாம். என்னால் மேடையில் கதை சொல்ல முடியாது." அம்மாவின் வேண்டுகோளை நிராகரித்தாள் அவள்.

"அப்படிச் சொல்லாதே, தியா. அப்பாவும் உனக்கு பரிசு கொடுப்பார்கள்."

"எனக்கு எதுவும் வேண்டாம். நீங்கள் என்ன சொன்னாலும் நான் மேடையில் ஏற மாட்டேன்." அவள் உறுதியாகச் சொன்னாள்.

"நீ நல்ல குழந்தையல்லவா, சொன்னதைக் கேள். நானும் அப்பாவும் அப்புவும் உன் நிகழ்ச்சியைப் பார்க்க ஆவலுடன் காத்துக்கொண்டிருக்கிறோம்" என்று அம்மா அன்புடன் சொன்னார்கள்.

"அம்மா, எனக்கு மேடையேறப் பயமாக இருக்கிறது" தியா சிணுங்கினாள்.

"ஏன் பயப்படுகிறாய்?"

"நான் மேடையில் நிற்கும்போது எல்லோரும் என்னைப் பார்ப்பார்கள்தானே?"

"பிறகு எதற்கு நீ நிகழ்ச்சியில் கலந்துகொள்வதாகப் பெயர் கொடுத்தாய்?"

அம்மாவுக்கு மிகவும் கோபம் வந்தது.

"நான் ஒன்றும் பெயர் கொடுக்கவில்லை, சார்தான் என்னைச் சேர்த்தார்கள்!" அவள் உடனடியாகச் சொன்னாள்.

அம்மா பொறுமையிழந்தார்கள்.

"தியா, சொன்னதைக் கேள். சீக்கிரம் தயாராகி வா. இல்லையென்றால் அடி கிடைக்கும். போகும் நேரத்தில் அழுதுகொண்டே போகக் கூடாது."

என்ன சொன்னாலும் அப்பாவும் அம்மாவும் விடமாட்டார்கள் என்று தியாவுக்குப் புரிந்தது.

வீட்டிலிருந்து புறப்படும்போதும் அவள் சிணுங்கிக்கொண்டேதான் இருந்தாள்.

19

பள்ளிக்கூடத்தின் வாசலில் பெருங்கூட்டம் இருந்தது. பிள்ளைகளும் ஆசிரியைகளும் ஆசிரியர்களும் பெற்றோர்களும் மற்றவர்களும் நிறைந்திருந்தார்கள்.

பள்ளியிலும் அதன் சுற்றுப்புறங்களிலும் திருவிழாபோன்று இருந்தது. பள்ளிக்கு வரும்போது தியாவின் அழுகையெல்லாம் முடிந்து, முகம் தெளிவாக இருந்தது.

பள்ளியின் வளாகக் கதவைக் கடக்கும்போது ரேவதியின் அம்மாவைப் பார்த்தார்கள்.

ரேவதியின் அம்மா, தியாவின் அம்மாவிடம் கேட்டார்கள்:

"உங்கள் மகள் எந்த நிகழ்ச்சியிலும் கலந்துகொள்ளவில்லையா?"

"அவள் கதை சொல்லப்போகிறாள்" என்றார்கள் தியாவின் அம்மா.

"தான் எதிலும் சேரமுடியாமல்போனதில் ரேவதிக்கு மிகவும் வருத்தம். டான்ஸில் சேர வேண்டும் என்று சொல்லி ரொம்பவும் பிடிவாதம் செய்தாள். அழுதாள். நான் சம்மதிக்கவில்லை. அதனால்தான் இவள் இப்போதும் கோபமாக இருக்கிறாள்." ரேவதியின் அம்மா சொன்னார்கள்.

"டான்ஸில் சேரவேண்டும் என்றுதான் இவளும் அடம்பிடித்து அழுதாள். அதற்கு ஆயிரம் ரூபாய் கொடுக்க வேண்டும், அல்லவா. அதனால் நாங்களும் சம்மதிக்கவில்லை."

அம்மா இப்படிச் சொன்னது தியாவுக்கு கொஞ்சம்கூடப் பிடிக்கவில்லை.

"டீச்சர்கள் குழந்தைகளிடம் ஏதாவது சொல்லி அனுப்பிவிடுகிறார்கள், குழந்தைகள் வந்து நம்மைப் பிடுங்கியெடுக்கின்றன. டான்ஸில் சேர்க்க எங்களுக்கு விருப்பம்தான். ஆனால் பணத்துக்கு எங்கே போவது? குடும்பக் கஷ்டத்தைச் சொன்னால் ரேவதிக்குப் புரியாது" என்று துயரத்துடன் சொன்னார்கள் ரேவதி அம்மா.

"இவளும் அப்படித்தான்." தன்னைப்பற்றி அம்மா சொல்வதைக் கேட்டு தியாவுக்கு கடும் எரிச்சலாக இருந்தது.

'இந்த அத்தை எதற்கு அம்மாவிடம் இதையெல்லாம் சொல்கிறார்கள்? டீச்சர்கள் கேட்டால் என்ன நினைப்பார்கள்? அம்மாவும் உடன் நிற்கிறார்களே' என்று பயந்தாள் தியா.

பள்ளிக்கு முன்னால் ஒரு வெள்ளைக் கார் வந்து நின்றது. எல்லோரும் அந்தக் காரையே பார்த்தார்கள். தலைமை ஆசிரியரும் ராஜு சாரும் காரை நோக்கி விரைந்தனர்.

"எம்.எல்.ஏ. வந்துவிட்டார்!" யாரோ சொன்னதை தியா கேட்டாள்.

காரில் பெரிய எழுத்தில் எம்.எல்.ஏ. என்று எழுதப்பட்ட பெயர்ப் பலகை வைக்கப்பட்டிருப்பதை தியா படித்தாள். தலைமை ஆசிரியரும் ராஜு சாரும் சேர்ந்து எம்.எல்.ஏ.வை அலுவலக அறைக்கு அழைத்துச் சென்றார்கள்.

"நிகழ்ச்சிகள் தொடங்கப்போகின்றன. எல்லோரும் அரங்கத்தில் வந்து அமரும்படிக் கேட்டுக்கொள்கிறோம்" என்று அப்போதே அறிவிப்பு முழங்கியது.

அரங்கத்துக்குள் சென்று இடம்பிடிப்பதற்கு குழந்தைகள் அவசரப்பட்டார்கள். தியா, அப்பாவையும் அம்மாவையும் விட்டுவிட்டு தன் தோழிகளுடன் சென்று அமர்ந்துகொண்டாள். மகேஸ்வரியும் தாமதமாகத்தான் அரங்கத்துக்கு வந்தாள். அவள் அம்மாவும் உடன் இருந்தார்கள். அவர்கள் மகேஸ்வரியையும் தியாவையும் அழைத்துச் சென்றார்கள். மேடைக்குப் பின்னால், நிகழ்ச்சியில் கலந்துகொள்ளப்போகும் குழந்தைகள் அமர்ந்திருக்கும் வரிசையில் அமரவைத்தார்கள். மகேஸ்வரியின் அம்மா திரும்பிப் போகும்போது அவர்கள் இருவரையும் பார்த்து, "நிகழ்ச்சியை அருமையாகச் செய்யுங்கள்! என் வாழ்த்துகள்!" என்றார்கள்.

"மிகவும் நன்றி, அத்தை!" என்றாள் தியா.

யாராவது நல்ல வார்த்தைகள் பேசினால் அவர்களுக்கு நன்றி சொல்ல வேண்டும் என்று ராஜு சார் வகுப்பில் எல்லோருக்கும் சொல்லிக்கொடுத்திருக்கிறார்.

அதன் பிறகு தியா, யாரும் வாழ்த்துக் கூறினாலோ, நல்ல வார்த்தைகள் சொன்னாலோ நன்றி சொல்ல மறப்பதில்லை. மேடைக்குப் பின்னால் இருந்த அவள் நிகழ்ச்சிகளைப் பார்ப்பதற்காக அரங்கில் அமர்ந்திருக்கும் அனைவரையும் பார்த்தாள். மேடையில் நின்று கதை சொல்லும்போது எல்லோரும் தன்னையே பார்ப்பார்களே என்று நினைத்தபோது, அவளுக்குப் பட்டென்று

பயம் வந்தது. நெஞ்சு படபடவென்று அடித்துக்கொண்டது.

மகேஸ்வரிக்கு எந்தத் தயக்கமும் இல்லை. அவள் அருணாவிடம் சென்று ஏதோ சிரித்துப் பேசிக்கொண்டிருக்கிறாள்.

'நானும் தைரியமானவள்தான். மேடையில் நின்று கதை சொல்லும்போது பயந்து நடுங்க மாட்டேன்' என்று தனக்குள் சொல்லிக்கொண்டாள் தியா.

அப்படி அவள் தைரியமாக இருக்க முயற்சித்தாலும் அவளது திகைப்பும் நடுக்கமும் விலகவில்லை. 'கதை சொல்வதற்கே எனக்கு இவ்வளவு தயக்கமாக இருக்கிறதே, நான் எப்படி நடனத்தில் சேர்த்துவிடும்படி அடம்பிடித்தேன்!' என்று அவள் தன்னையே நொந்துகொண்டாள்.

மிகவும் பதற்றமாக இருக்கும்போது, ஒன்று இரண்டு எண்ணிக்கொண்டு சுவாசத்தை மேலும் கீழும் ஆழமாக இழுத்துவிட்டால் பதற்றம் குறையும் என்று ராஜு சார் சொல்லியிருந்தார்.

மனதில் தைரியம் ஏற்படுவதற்காக, அந்தப் பரபரப்பில் யாருக்கும் தெரியாமல் மூச்சை இழுத்துவிட்டபடி அவள் எண்ணினாள்:

ஒன்று... இரண்டு... மூன்று...

ஆயினும் மனதில் கலவரமாகத்தான் இருந்தது. அவள் அமைதியாக ஒரு நொடி பிராத்தனை செய்தாள். சற்று தைரியம் கிடைத்தது போலத் தோன்றினாலும் இன்னும் படபடப்பு அடங்கவில்லை. மேடையில் எம்.எல்.ஏ.வும் பஞ்சாயத்துத் தலைவரும் தலைமை ஆசிரியரும் வந்து அமர்ந்தார்கள். நிகழ்ச்சிகள் தொடங்கவிருக்கின்றன என்று டீச்சர் மைக்கில் அறிவித்தார்கள். உடனே அரங்கில் அமைதி நிலவியது.

"உலகம் முழுதும் நலம் பெற வேண்டும்..." என்று, பெரிய வகுப்புப் படிக்கும் மாணவிகள் பாடிய பிராத்தனையுடன் நிகழ்ச்சிகள் ஆரம்பித்தன.

அதன்பிறகு, மேடையில் இருந்த ஒவ்வொருவரும் பேசினார்கள். சிலர் பேசியதொன்றும் தியாவுக்குப் புரியவில்லை. பாதிப் பேச்சை அவள் கவனிக்கவுமில்லை. தன்னை எப்போது மேடைக்குக் கூப்பிடுவார்கள் என்ற ஒரே எண்ணம் மட்டும்தான் அவள் மனதில் இருந்தது.

ஆயினும், மேடையிலிருந்த ஒவ்வொருவரும் பேசி முடிக்கும்போதும் தியாவும் தன்னையறியாமல் கை தட்டினாள்.

மேடையில் இருந்த எல்லோரும் பேசி முடித்த பிறகு மூன்றாம்

வகுப்பு ஆசிரியை வனஜா டீச்சர் நன்றி சொன்னார்கள்.

அதன் பிறகு, மேடையில் இருந்தவர்கள் எல்லோரும் எழுந்து முன் வரிசையில் சென்று அமர்ந்தார்கள்.

உடனே நிகழ்ச்சிகள் தொடங்கின.

முதலில் நடந்தது நான்காம் வகுப்பு படிக்கும் அர்ச்சனாவின் நடனம். அதன் பிறகு குழு நடனம். அதில் எல்லா வகுப்புப் பிள்ளைகளும் சேர்ந்து ஆடினார்கள்.

ஒவ்வொரு நிகழ்ச்சி முடியும்போதும் பார்த்துக்கொண்டிருந்த அனைவரும் நன்றாகக் கை தட்டினார்கள்.

குழு நடனம் முடிந்த பிறகு ஒரு நாட்டுப்புறப் பாட்டு. மூன்றாம் வகுப்பில் படிக்கும் சிறுமி ஒருத்தி வந்து பாடினாள்.

'உன்னைப் பார்த்தால் என்னைவிட அழகாக இருக்கிறாய் குட்டிப்பெண்ணே...' என்ற பாட்டைத்தான் அவள் பாடினாள். நன்றாகப் பாடினாள். அது தியாவுக்குப் பிடித்த பாட்டு. அப்பாவின் கைப்பேசிக்கு ஏதாவது அழைப்பு வந்தால் அந்தப் பாட்டுத்தான் ஒலிக்கும். எவ்வளவு முறை கேட்டாலும் அந்தப் பாட்டு சலிக்காது.

தன்னையறியாமல் தியா அந்தப் பாட்டோடு ஒன்றி தாளமிட்டாள். அவளுக்கும் அந்தப் பாட்டை நன்றாகப் பாடத் தெரியும்.

'நாட்டுப்புறப் பாட்டில் சேர்ந்திருக்கலாமே. அப்போது இந்த பயம் இருக்காது' என்று அவள் நினைத்தாள்.

நாட்டுப்புறப் பாட்டு முடிந்ததும் தியாவின் பெயர் அழைக்கப்பட்டது! திடீரென்று பெயர் அழைக்கப்பட்டபோது அவள் திடுக்கிட்டாள். படார் படார் என்று இதயம் அடித்துக்கொண்டது. ஆயினும் தைரியத்தைக் கைவிடாமல் அவள் சென்று மேடையின் நடுவில் நின்றாள்.

மேடை நிர்வாகத்தைக் கவனித்துக்கொள்ளும் மாமா, அருகே வந்து அவளிடம் மைக் கொடுத்தார்.

முன்னால் இருக்கும் மக்கள் கூட்டத்தைப் பார்த்ததும் அவள் முழங்கால்கள் மிகவும் நடுங்கத் தொடங்கின. தொண்டை வறண்டுவிட்டது. வார்த்தைகள் எதுவும் வெளியே வரவில்லை.

மேடையின் ஓரத்தில் நின்றுகொண்டிருந்த ராஜு சார் அவளைப் பார்த்து உற்சாகமாக, 'ஆல் தி பெஸ்ட்!' என்று ஜாடை செய்தார்.

அவரது செயல் கொடுத்த ஊக்கத்தில், நடுக்கத்தை மறைக்கப் பாடுபட்டவாறு அவள் படீரென்று கதை சொல்லத் தொடங்கினாள். பார்வையாளர்களைப் பார்த்துக் கைகூப்பி நடுக்கத்துடன் அவள் சொன்னாள்:

"மதிப்புக்குரிய சபையோருக்கு வணக்கம்!" தான் சொன்னது தொண்டையிலிருந்து வெளியே வரவில்லையோ என்று அவளுக்குச் சந்தேகமாக இருந்தது. காய்ந்த உதடுகளை நாக்கால் தடவி ஈரப்படுத்திக்கொண்டு அவள் மறுபடியும் சொன்னாள்:

"மதிப்புக்குரிய சபையோருக்கு வணக்கம்!" அவளது குரலோசை எழுந்ததும் பட்டென்று சபை அமைதியானது.

"நான் இங்கே சொல்லப்போவது, கார்... கார்..."

'நான் இங்கே சொல்லப்போவது கார்லோ கொலாடி எழுதிய கதை' என்று சொல்லத்தான் அவள் நினைத்தாள். ஆனால் அவளது திகைப்பின் காரணத்தால் எவ்வளவு முயன்றாலும் எழுத்தாளரின் பெயர் அவள் நாக்கில் வரவில்லை.

திக்கித் திணறி ஒரு விதமாக 'கொலாடி' என்று சொன்னாள்.

அவள் என்ன சொன்னாள் என்று யாருக்கும் புரியவில்லை. மீண்டும் அந்தப் பெயரை நினைவுபடுத்திச் சொல்ல அவள் முயன்றாள்.

அவளது பரிதாபமான நிலையைப் பார்த்து, சபையில் இருந்த குழந்தைகள் மட்டுமல்ல, பெரியவர்கள் பலரும் சிரித்தார்கள்.

அந்த நொடியில் அவள், மேடையிலிருந்து இறங்கி ஓடிவிட விரும்பினாள்.

பார்வையாளர்களுக்கு இடையில் அமர்ந்திருந்த தியாவின் அம்மாவுக்கு மிகவும் வெட்கமாக இருந்தது. ராஜு சார் மீண்டும் மீண்டும் ஜாடை காட்டி தியாவுக்கு தைரியம் ஏற்படுத்த முயன்றுகொண்டிருந்தார். அவரது முயற்சியின் காரணமாகக் கிடைத்த மனோதிடத்தால், அவள் தன் முன்னால் இருந்த சபையைப் பார்த்தாள்.

வேறு எதைப் பற்றியும் நினைத்துப் பார்க்காமல் அவள் கதை சொல்லத் தொடங்கினாள். அவளுக்கு எப்படியோ துணிச்சல் ஏற்பட்டது! அவளது நடுக்கம் நின்றுவிட்டது! சற்றும் பயமில்லாமல் அவள் தன் முன்னால் பார்த்தாள். ஆரம்பத்தில் சற்று தடுமாற்றமாக இருந்தாலும், அடுத்த நொடி அவள் குரல் சீராக, கம்பீரமாக எழுந்தது. அதைப் பார்த்து ராஜு சாரே வியப்படைந்தார்.

திணறலோ, பதற்றமோ எதுவும் இல்லாமல் அவளிடமிருந்து சரளமாக வார்த்தைகள் வெளியே வந்தன. அவளது இனிய குரல் பார்வையாளர்கள் அனைவரையும் ஈர்த்தது. அவள் தன் கவனத்தை ஒருமுகப்படுத்தி, நிறுத்தி நிதானமாக ஏழு நிமிடங்கள் அழுகாகக் கதை சொல்லி நேர்த்தியாக முடித்தாள்! அப்போது வேறு யாருக்கும் கிடைக்காத பலத்த கரகோஷம் தியாவுக்குக் கிடைத்தது. அந்த

பார்சி
ஆஸ்கேஜியா

ஓசையில் அரங்கமே அதிர்ந்தது! தியாவின் அப்பாவும் அப்புவும்கூட உற்சாகமாகக் கை தட்டினார்கள்.

தியாவின் அம்மா, தாங்க முடியாத சந்தோஷத்தின் காரணமாக தன் கண்களில் வழிந்த கண்ணீரை தன் புடவைத் தலைப்பால் துடைத்துக்கொண்டார்கள். அப்போது, "கெட்டிக்காரச் சிறுமி!" என்று யாரோ தியாவைப் பாராட்டுவது அவர்கள் காதில் விழுந்தது.

பிரகாசமான மனதுடனும் பெருமையுடனும் அவள் மேடையிலிருந்து இறங்கும்போது, ராஜூ சார் சிரித்தபடி அவளைத் தூக்கிக்கொண்டார். அப்போது ஏற்பட்ட பெருமகிழ்ச்சியில் தான் அழுகிறோமா சிரிக்கிறோமா என்று தியாவுக்கே தெரியவில்லை.

•

www.ingramcontent.com/pod-product-compliance
Lightning Source LLC
LaVergne TN
LVHW041334200726
843509LV00009B/708

9 789388 126656